भारत

संकल्पना, विचार आणि मागोवा

डॉ. प्रकाश पवार

Bharat : Sankalpana, Vichar & Magova
© Dr. Prakash Pawar, 2023

भारत : संकल्पना, विचार आणि मागोवा
© डॉ. प्रकाश पवार, २०२३

प्रथम आवृत्ती   :   १५ फेब्रुवारी २०२३
प्रकाशक   :   सकाळ मीडिया प्रा. लि.
                           ५९५, बुधवार पेठ, पुणे ४११ ००२
मांडणी व मुखपृष्ठ   :   अभिजीत गायकवाड
मुद्रितशोधन   :   अनुश्री भागवत

ISBN   :   978-93-89834-86-4
संपर्क   :   ०२०-२४४० ५६७८ / ८८८८८ ४९०५०
                          sakalprakashan@esakal.com

भूमिका

भारत सरकारने नवीन राष्ट्रीय शैक्षणिक धोरण (New Educational Policy) राबवण्यास सुरुवात केली आहे. कौशल्य शिक्षण (Skill Enhancement) हा या धोरणाचा एक महत्त्वाचा भाग आहे. हे धोरण नवीन कौशल्ये शिकण्यावर भर देत आहे. या अंतर्गत आयडिया ऑफ इंडिया (Idea of India) हा विषय सुरू करण्यात आला आहे. या अभ्यासक्रमाला उपयुक्त ठरणारे साहित्य प्रस्तुत पुस्तकामध्ये आहे.

'भारत : संकल्पना, विचार आणि मागोवा' हे पुस्तक संदर्भ पुस्तक आहे. या पुस्तकाच्या माध्यमातून भारतीय नागरिकांना त्यांच्या जीवनामध्ये महत्त्वाची ठरणारी विचार कौशल्ये (सॉफ्ट स्किल्स) देण्याचा प्रयत्न केला आहे. महात्मा गांधी, डॉ. बाबासाहेब आंबेडकर आदी विचारवंतांचे आधुनिक भारत संकल्पनेबद्दलचे विचार, सामाजिक सलोखा सारख्या संकल्पना या पुस्तकात चिकित्सकपणे मांडलेल्या आहेत. या पुस्तकात भारत संकल्पनेचा १८१८ पासूनचा संक्षिप्त आढावा घेतलेला आहे. तसेच काश्मिरीयत, बिहारियत, पंजाबियत या संकल्पनांची संक्षिप्तपणे माहिती या पुस्तकात मिळते. या पुस्तकामुळे विद्यार्थ्यांना संकल्पनाविषयक माहिती मिळते; त्याचबरोबर भारतीय नागरिक म्हणून या विविध संकल्पनांच्या चौकटीत कायदा, शांतता आणि सुव्यवस्था कशी निर्माण केली जाते, या संदर्भातील माहितीदेखील मिळते.

शांततापूर्ण मानवी जीवनासाठी लागणारी कौशल्ये मानवाने कशी विकसित केली, हेदेखील या संकल्पनांच्या मदतीने समजते.

विद्यार्थ्यांना उपयुक्त ठरणारे हे अभ्यासपुस्तक प्रकाशित करण्यासाठी सहकार्य दिल्याबद्दल सकाळ प्रकाशनचे मनःपूर्वक आभार. सकाळ प्रकाशनचे सरव्यवस्थापक आशुतोष रामगिर यांनी या पुस्तकासाठी सातत्याने पाठपुरावा केला; संपादक दीपाली चौधरी यांनी पुढाकार घेऊन पुस्तकाला नेटका आकार दिला; संपादकीय विभागातील सहकारी सचिन वाघमारे यांनी पुस्तकनिर्मितीसाठी सहकार्य दिले; या सर्वांमुळे हे पुस्तक तयार झाले. या सर्वांचे मनःपूर्वक आभार.

डॉ. प्रकाश पवार
प्राध्यापक, राज्यशास्त्र विभाग
शिवाजी विद्यापीठ, कोल्हापूर

अनुक्रमणिका

आधुनिक भारत : महासिद्धान्त

एकविसाव्या शतकातील दुसरे दशक भारतीय राजकारणात उलथापालथ घडवून आणणारे होते. २०१४मध्ये भारतीय राजकारणात सत्तांतर घडून आले. काँग्रेस पक्षाचा निवडणुकीच्या राजकारणात पराभव झाला. भाजपचा निवडणुकीच्या राजकारणात विजय झाला. ही राजकीय घटना एवढ्यापुरतीच मर्यादित नाही. यामुळे भारतीय राजकारणातील 'आधुनिक भारत' या महासिद्धान्ताची (Grand Theory) समीक्षा सुरू झाली आहे. या दशकामध्ये 'आधुनिक भारत' आणि 'नवभारत' या दोन सिद्धान्तांची नव्याने मांडणी सुरू झाली. विशेष म्हणजे नवभारत हा दुसरा महासिद्धान्त आहे.

१९२२ मध्ये भारतीय स्वातंत्र्याचा अमृतमहोत्सव सुरू झाला. यामुळे पुन्हा भारतीय स्वातंत्र्य चळवळीतील भारत संकल्पनेचा विकास आणि स्वातंत्र्योत्तर काळातील भारतीय संकल्पनेचा विकास या संदर्भात सैद्धान्तिक पातळीवर चर्चा सुरू झाल्या आहेत. व्यापक अर्थाने तीन पद्धतीने भारत या संकल्पनेची चर्चा घडवून आली आहे.

● भारतीय स्वातंत्र्य चळवळीतील भारत संकल्पनेचा आढावा घेतला जात आहे.

● स्वातंत्र्योत्तर काळातील आधुनिक भारत संकल्पनेच्या प्रवासाचा आढावा घेतला जात आहे.

- एकविसाव्या शतकातील दुसऱ्या दशकात नवभारत ही संकल्पना मांडली. या संकल्पनेची नव्यानेच मांडणी केली जात आहे.

थोडक्यात, आधुनिक भारत आणि नवभारत अशा दोन सिद्धान्तांची मांडणी राजकीय प्रक्रियेत केली जाते.

भारतीय स्वातंत्र्याने ७५ वर्षांचा काळ पार केला आहे. या ७५ वर्षांत भारताने स्वतंत्रपणे अनेक निर्णय घेतले. देशाला आधुनिक स्वरूपाचा आकार दिला. या निर्णयांमध्ये दूरदृष्टी होती. तसेच भूतकाळ, वर्तमानकाळ आणि भविष्याची सांधेजोड करणारी आंतरदृष्टी होती. आधुनिक भारत संकल्पनेच्या निर्णयांमध्ये धरसोड झाली, तर काही वेळा भिजत घोंगडे ठेवले गेले. एवढेच नव्हे तर दूरदृष्टीवर प्रबळ सामाजिक-आर्थिक हितसंबंधाचा प्रभाव पडला; तरीही एकूण आधुनिकता, लोकशाही, उद्योग, शेती, सेवा अशा विविध क्षेत्रांत प्रगती करण्याचा नियतीशी करार केला गेला होता. अशा प्रभावशाली निर्णयांचे अमृतमहोत्सवाच्या निमित्ताने विश्लेषण करणे उचित ठरेल. यातूनही आधुनिक भारत आणि नवभारत या दोन सिद्धान्ताचा परस्परविरोधी आखाड्यांमध्ये सुरू असलेला राजकीय संघर्ष स्पष्ट करून घेता येतो.

आधुनिक भारत : महासिद्धान्त (Grand Theory)

विसाव्या शतकाच्या पाचव्या, सहाव्या आणि सातव्या दशकामध्ये पंडित नेहरू यांनी आधुनिक भारत हा महासिद्धान्त घडवला, तसेच त्याची मांडणीही केली. स्वातंत्र्योत्तर काळातील आरंभीच्या दोन दशकांतील निर्णयांवर पंडित नेहरूंचा प्रभाव स्पष्टपणे राहिला (१९४७-१९६४). सातव्या दशकामध्ये शास्त्रीयुग सुरू झाले (१९६४-१९६६). या दोन दशकांत आधुनिक भारत या महासिद्धान्ताच्या संरचना व मूल्यव्यवस्था यांची मांडणी झाली. आधुनिक भारत या महासिद्धान्ताच्या छताखाली अनेक संकल्पनांची सांधेजोड केली गेली. उदाहरणार्थ, कल्याणकारी राज्य, मिश्र अर्थव्यवस्था, घटनावाद, घटनात्मक राष्ट्रवाद, घटनात्मक देशभक्ती, कृषी औद्योगिक समाज, राज्य समाजवाद, समूह विकास, हरित क्रांती, शांतता, सहिष्णुता, धर्मनिरपेक्षता, पंचशील इत्यादी. पाचव्या आणि सहाव्या दशकातील या सिद्धान्ताची वैशिष्ट्ये पुढीलप्रमाणे आहेत.

१. या दोन दशकांतील निर्णयाची चौकट आधुनिक कल्याणकारी स्वरूपाची होती. यामुळे आधुनिक भारत या महासिद्धान्ताचे एक वैशिष्ट्य **कल्याणकारी राज्यसंस्था** हे एक आहे.

२. राज्यघटनेसंदर्भातील निर्णय हा भारतीय समाजाला आधुनिक युगात घेऊन गेला. उदाहरणार्थ,भारतीय राज्यघटनेचा सरनामा, व्यक्ती-राज्य यांचे संबंध, मूलभूत अधिकार, नागरिकत्व हे राज्यघटनेच्या संदर्भातील निर्णय भारतीय समाजकारणातील मैलाचा दगड ठरले. यामुळे **घटनावाद, घटनात्मक राष्ट्रवाद, घटनात्मक देशभक्ती, राज्यबांधणी** आणि राष्ट्रबांधणी हा विचार आधुनिक भारत सिद्धान्ताचे दुसरे महत्त्वाचे वैशिष्ट्य आहे.

३. कृषी-औद्योगिक विकास करण्यासाठी दोन प्रारूपे जागतिक पातळीवर अस्तित्वात होती. त्यापैकी पहिले प्रारूप शेती व औद्योगिक क्षेत्राचा भांडवली विकास हे होते. हे प्रारूप अमेरिकेने विकसित केले होते. दुसरे समाजवादी विकासाचे प्रारूप होते. हे प्रारूप सोव्हिएत रशियाने विकसित केले होते. पंडित नेहरू यांनी या दोन्ही प्रारूपांपेक्षा वेगळे प्रारूप विकसित केले. त्यांनी मिश्र अर्थव्यवस्था आणि सहकारी स्वरूपाची शेती असे प्रारूप विकसित केले. त्यास 'पंडित नेहरू - पी. सी. महालनोबिस प्रारूप' म्हणून ओळखले जाते (खिलनानी सुनिल, २०१६ : १२१-१६३).

तेव्हा भारतामध्ये 'गांधीवादी योजना, एस. एन. अगरवाल यांनी 'सर्वोदय योजना' जयप्रकाश नारायण यांनी आणि 'ग्रामोद्योगकेंद्री आर्थिक विकास', हे जे. सी. कुमाराप्पा यांनी मांडले होते. तसेच गोवर्धन पारीख, वि. म. तारकुंडे, बी. एन. बॅनर्जी, यांनी पिपल्स प्लॅन मांडलेला होता. या सर्वांपिक्षा वेगळे प्रारूप नेहरूंनी स्वीकारले. त्यांनी शेती आणि औद्योगिक विकासाची **मिश्र अर्थव्यवस्था** हे प्रारूप स्वीकारले. यामुळे मिश्र अर्थव्यवस्था हे आधुनिक भारत सिद्धान्ताचे तिसरे महत्त्वाचे वैशिष्ट्य आहे.

राज्य पातळीवरदेखील 'आधुनिक भारत' सिद्धान्ताचा विकास झाला होता. उदाहरणार्थ, महाराष्ट्रात यशवंतराव चव्हाण यांनी कृषी औद्योगिक समाजाची संकल्पना मांडली होती. शेतीच्या उत्पादनावर प्रक्रिया करणारे औद्योगिक प्रकल्प ग्रामीण भागामध्ये उभे करून शहरी आणि ग्रामीण भाग, उद्योग आणि शेती व शेतकरी आणि कामगार यांच्यामधील भेद कमी करता

येईल असा विचार त्यांनी मांडला होता (चौसाळकर अशोक, २०२२ : ३). हे आधुनिक भारत सिद्धान्ताचे महत्त्वाचे वैशिष्ट्य आहे.

या निर्णयांना जोडून भारताच्या औद्योगिकीकरणाचा निर्णय अत्यंत महत्त्वाचा ठरला. शेती-उद्योग या दोन्ही क्षेत्राच्या संयुक्त विकासाचा निर्णय घेतला गेला. त्यामध्ये महालनोबिस यांनी भर घातली. यास 'विकासाचे प्रारूप' म्हणून ओळखले जाते. या चौकटीत निर्णय घेण्यात आले होते. पी. सी. महालनोबिस हे संख्याशास्त्रज्ञ होते. त्यांनी दोन क्षेत्राच्या तडजोडीमधून विकास करण्याचे प्रारूप मांडले. ते प्रारूप नेहरू सरकारने स्वीकारले. यातूनच मिश्र अर्थकारण, सार्वजनिक-खाजगी उद्योगाचा समतोल विकास, सार्वजनिक क्षेत्राचे सरकारचे नियंत्रण असे राजकीय अर्थकारणाचे निर्णय घेतले गेले. भारताचे आधुनिकीकरण या निर्णयांमधून घडले. लोखंड, कोळसा, वीज अशा क्षेत्रात राज्यसंस्थेने गुंतवणूक करण्याचा निर्णय घेतला गेला. हे सर्व निर्णय भारतीय राजकीय अर्थकारणाचे होते. त्यांचा दूरगामी परिणाम शिक्षण, ग्रामीण समाज यांच्यावर झाला. कारण राज्यामधील निर्णयदेखील याच चौकटीत झाले. उदाहरणार्थ, के. कामराज यांनी ग्रामीण गरिबांना 'विनामूल्य शिक्षण आणि विनामूल्य दुपारचे जेवण' असा निर्णय घेतला होता (१९५४-६३), तर महाराष्ट्रात यशवंतराव चव्हाणांनी कृषी-औद्योगिक समाजाचा निर्णय या चौकटीमध्ये घेतला होता.

उद्योगक्षेत्रातील मोठ्या भांडवलदारांच्या मक्तेदारीवर अंकुश राहावा आणि छोट्या मध्यम उद्योजकांना मोठ्या मक्तेदार भांडवलदारांपासून संरक्षण लाभावे या उद्देशाने १९५१मध्ये औद्योगिक विकास व नियंत्रण कायदा करण्यात आला. राष्ट्रीय वित्त आयोगाची स्थापना २२ नोव्हेंबर १९५१ रोजी करण्यात आली. के. सी. नियोगी (१९५२-१९५७), के. संथानम (१९५७-१९६२), ए. के. चंदा (१९६२-१९६६) यांनी नेहरूंच्या काळात आधुनिक भारत हा महासिद्धान्त घडवण्यासाठी प्रयत्न केला होता.

४. आधुनिक भारत या महासिद्धान्ताचे महत्त्वाचे वैशिष्ट्य म्हणजे **वैज्ञानिक दृष्टिकोन आणि वैज्ञानिक संस्थांची उभारणी** हे होय. नव्याने उभारलेल्या संस्था भारतीय स्वातंत्र्य चळवळीतील आशयाशी आणि प्रतीकांशी जोडून घेण्यात आल्या. या वैशिष्ट्यामुळे भारतात आधुनिकीकरण केले गेले. उदाहरणार्थ, चित्तरंजन लोकोमोटिव्ह वर्कची उभारणी (१९४७),

प्रेस ट्रस्ट ऑफ इंडियाची स्थापना (२७ ऑगस्ट १९४७), भारतीय अणुऊर्जा आयोगाची स्थापना (१० ऑगस्ट १९४८), भारतीय औद्योगिक वित्त महामंडळाची स्थापना (१९४८), हिंदुस्थान एअरक्राफ्ट लिमिटेडच्या सहकार्याने लष्करी विमानांच्या निर्मितीला प्रारंभ (१९४८), भारतीय दूरध्वनी उद्योगाची स्थापना (१९४८), भारतीय पोलीस सेवेची स्थापना (१९४८), फिल्म्स डिव्हिजनची स्थापना (१९४८), रिझर्व बँक ऑफ इंडियाचे राष्ट्रीयीकरण (१ जानेवारी १९४९), रिअर मिनरल्स सर्वे युनिटची स्थापना (२९ जुलै १९४९), केंद्रीय राखीव पोलीस दलाची स्थापना (२८ डिसेंबर १९४९), इंडियन रिसर्च फंड असोसिएशनचे भारतीय वैद्यकीय अनुसंधान परिषद (इंडियन कौन्सिल ऑफ मेडिकल रिसर्च)मध्ये रूपांतर (१९४९) केले गेले, (केंद्रीय लोकसेवा आयोगाची स्थापना (१९५०), भारतीय निवडणूक आयोगाची स्थापना (२५ जानेवारी १९५०), द रॉयल इंडियन नेव्ही या संस्थेचे नामकरण भारतीय नौसेना (इंडियन नेव्ही) असे केले (२६ जानेवारी १९५०). सर्वोच्च न्यायालयाची स्थापना (२८ जानेवारी १९५०), पी. सी. महालनोबिस यांच्या सूचनेनुसार राष्ट्रीय नमुना सर्वेक्षण संस्थेची स्थापना (१९५०) केली.

१९५०मध्ये कौन्सिल ऑफ सायंटिफिक अँड इंडस्ट्रियल रिसर्च या संस्थेच्या मार्गदर्शनाखाली एकूण सहा महत्त्वाच्या राष्ट्रीय संशोधन संस्थांची स्थापना केली. नॅशनल फिजिकल लॅबोरेटरी (नवी दिल्ली), नॅशनल केमिकल लॅबोरेटरी (पुणे), सेंट्रल फूड टेक्नॉलॉजिकल रिसर्च इन्स्टिट्यूट (म्हैसूर), सेंट्रल फ्युएल रिसर्च इन्स्टिट्यूट (धनबाद), सेंट्रल ग्लास अँड सिरॅमिक रिसर्च इन्स्टिट्यूट (कोलकत्ता) व नॅशनल मेटॅलर्जिकल लॅबोरेटरी (जमशेदपूर) या सहा संस्था स्थापन केल्या गेल्या.

पंडित नेहरूंनी वैज्ञानिक दृष्टिकोनाचा पुरस्कार केला व प्रसार केला. १९५१नंतर पुढील वीस वर्षांत सीआयएसआर या संस्थेच्या पुढाकाराने ३३ वैज्ञानिक संस्था स्थापन झाल्या. खनिजावरील प्रक्रियेसाठी इंडियन रेअर अर्थ्स लिमिटेडची स्थापना १८ ऑगस्ट १९५० रोजी केरळमध्ये अल्वये येथे करण्यात आली. ही कपंनी २४ सप्टेंबर १९५२ रोजी देशाला अर्पण करण्यात आली. १९६३मध्ये ही कंपनी अणुऊर्जा खात्याच्या अखत्यारीत आणली गेली.

५. आधुनिक भारत सिद्धान्ताचे पाचवे वैशिष्ट्य **राष्ट्रीय भूमिका** हे होते. आरंभीच्या दशकामध्ये राष्ट्रवाद व प्रांतवाद यांच्या संदर्भातील निर्णय घेतला गेला. प्रदेशवाद वाढू नये म्हणून भाषावार प्रांतरचनेला नकार दिला गेला, परंतु राज्यांमधून दबाव वाढत गेला. त्यामुळे आंध्रप्रदेश, महाराष्ट्र, गुजरात अशा राज्यांची स्थापना करण्याचा निर्णय राष्ट्रवादाच्या तुलनेत भाषावाद किंवा प्रदेशवादाशी समझोता करणारा घेतला गेला.

६. आंतरराष्ट्रीय संबंध आणि सत्तासंबंध समजून घेऊन **अलिप्ततावादी आणि शांततावादी परराष्ट्रधोरण** ठेवण्याचा निर्णय याच काळावर प्रभाव टाकणारा होता. विशेष पंचशीलाची तत्त्वे प्रमाण मानली गेली आणि दोन्ही महासत्तांच्या खेरीज एक स्वतंत्र विचारप्रवाह विकास पावला. यामुळे शस्त्रास्त्रावरील बजेट कमी ठेवण्याचाही निर्णय कायम दिसतो. मात्र, शास्त्री युगात शस्त्रास्त्रावरील बजेट वाढवण्याचा निर्णय आंतरराष्ट्रीय संबंधामधील सैद्धान्तिक भूमिका बदलणारा झाला.

७. आधुनिक भारत हा महासिद्धान्त बहुविधतेशी जोडला गेला होता. आधुनिक भारत हा महासिद्धान्त आणि बहुविधता या दोन गोष्टी एकमेकांशी एकरूप झालेल्या होत्या. यामुळे **देशांतर्गत बहुविधतेचा सन्मान** करत हिंदीबरोबर इतर भाषांशी तडजोड करणारे निर्णय झाले. कारण हिंदीविरोधी चळवळ दक्षिणेत प्रभावी होती. या भाषाविषयक निर्णयाच्या बरोबर प्रत्येक राज्यातील मुख्यमंत्र्यांशी केंद्राचा व्यवहार हा राजकीय निर्णय घेण्याचे स्वातंत्र्य देण्याचा राहिला. म्हणजेच केंद्राने राज्यांना निर्णय घेण्याचा अधिकार देण्याचाही महत्त्वाचा निर्णय या काळात प्रभावी ठरला होता. शेतकरी समूह आणि जवान यांची एकमेकांशी नाळ जोडण्याचे निर्णय शास्त्रीयुगात विलक्षण प्रभावी ठरले. म्हणून त्यांनी 'जय जवान, जय किसान' अशी नवी दिशा निर्णयांना दिली.

८. भारतीय संघराज्यामधील **केंद्र आणि राज्य यांच्यातील आर्थिक सलोख्याचे संबंध** निर्माण करणे हे आधुनिक भारत या महासिद्धान्ताचे एक महत्त्वाचे वैशिष्ट्य होते. राष्ट्रीय वित्त आयोगाची स्थापना २२ नोव्हेंबर १९५१ रोजी करण्यात आली. केंद्र सरकारच्या महसुलाचे हस्तांतरण राज्य सरकारकडे केले जावे या प्रक्रियेचे निश्चितीकरण करण्यासाठी वित्त आयोग

ही घटनादत्त संस्था स्थापन करण्यात आली. अशा संस्थेच्या आवश्यकतेचा पाठपुरावा डॉ. आंबेडकरांनी केला होता. ऑस्ट्रेलियाच्या कॉमनवेल्थ ग्रँड कमिशनच्या धर्तीवर वित्त आयोगाची स्थापना करण्याची शिफारस केली होती. बी. के. नेहरू आणि बी. पी. आडारकर यांच्या द्विसदस्यीय समितीने ऑस्ट्रेलियाच्या कॉमनवेल्थ ग्रँड कमिशनचा अभ्यास करून वित्त आयोग स्थापन करण्याची शिफारस केली होती. के. सी. नियोगी (१९५२-१९५७), के. संथानम (१९५७-१९६२), ए. के. चंदा (१९६२-१९६६) यांनी नेहरूंच्या काळात आधुनिक भारत हा महासिद्धान्त घडवण्यासाठी प्रयत्न केला होता. यशवंतराव चव्हाण यांनीदेखील वित्त आयोगाचे अध्यक्ष म्हणून कार्य केले होते. मात्र दरम्यानच्या काळात आधुनिक भारत या महासिद्धान्ताचा ऱ्हास सुरू झाला होता. यशवंतराव चव्हाण यांनी आधुनिक भारत या महासिद्धान्ताचा ऱ्हास रोखण्याचा प्रयत्न आपल्या कार्यकाळात केला.

आयडिया ऑफ इंडिया आणि कृषी स्वराज्य संकल्पना

आधुनिक भारतातील विचारवंतांना शिवरायांच्या जीवनचरित्रामध्ये 'आयडिया ऑफ इंडिया' अर्थात 'भारत' ही संकल्पना सुस्पष्टपणे दिसत होती. महात्मा फुले यांच्यापासून यशवंतराव चव्हाणा यांच्यापर्यंत अनेक विचक्षण विचारवंतांनी शिवरायांच्या जीवनचरित्राचे हे वैशिष्ट्य अधोरेखित केलेले आहे. शिवरायांच्या कार्याची पाळेमुळे कृषिजीवनाशी संबंधित होती. त्यांचा दृष्टिकोन कृषी संस्कृतीने घडवलेला होता.

शिवरायांच्या कृषी स्वराज्याची चार मुख्य सूत्रे होती:

- कृषी क्षेत्राला राज्यसंस्थेचा पाठिंबा देणे.
- कृषी क्षेत्रातील खाजगी किंवा बाह्य हस्तक्षेप थांबवणे.
- कृषीशी संबंधित खेड्यांची पुनर्रचना करणे.
- कृषीशी संबंधित समूहामधून राज्यकर्ता वर्ग (Ruling Class), बुद्धिजीवी वर्ग (Intellectual class) आणि संरक्षक वर्ग (Warrior Class) घडविणे. या वर्गामध्ये त्यांनी धार्मिक व सामाजिक सलोख्याचा सुसंवादी (Religious and Social Harmony) विचार प्रवाही ठेवला होता. हा विचार 'आयडिया ऑफ इंडिया'मध्ये वेगवेगळ्या पद्धतीने सामील केला गेला.

भारतात 'आयडिया ऑफ इंडिया' वेळोवेळी बदलत गेली आहे. कृषीशी संबंधित 'आयडिया ऑफ इंडिया' महात्मा फुले, न्यायमूर्ती रानडे, विठ्ठल रामजी शिंदे, महाराजा सयाजीराव गायकवाड, शाहू महाराज, महात्मा गांधी, डॉ. बाबासाहेब आंबेडकर,

पंडित जवाहरलाल नेहरू, पंजाबराव देशमुख आणि यशवंतराव चव्हाण यांनी वेळोवेळी मांडलेली होती. भारतीय स्वातंत्र्य चळवळीमध्ये आणि स्वातंत्र्योत्तर काळातील तीन-चार दशकांमध्ये कृषीशी संबंधित 'आयडिया ऑफ इंडिया' विकसित होत गेली.

भारतीय स्वातंत्र्याचा अमृत महोत्सव साजरा करताना कृषीशी संबंधित 'आयडिया ऑफ इंडिया' कोणती होती, हा एक प्रश्न उपस्थित होतो. कृषीशी संबंधित 'आयडिया ऑफ इंडिया'चा अर्थ लावताना शिवरायांच्या विचारांची व कार्यांची उदाहरणे आधुनिक भारतीय राजकीय विचारवंतांनी दिली आहेत.

ऐंशीच्या दशकानंतर कृषीशी संबंधित 'आयडिया ऑफ इंडिया' हळूहळू धूसर आणि अस्पष्ट (decline) होत गेली. यामुळे आजच्या काळातील आयडिया ऑफ न्यू इंडियाची (Idea of New India) अर्थात नवभारताची संकल्पना ही कृषी क्षेत्राला वगळून पुढे आलेली संकल्पना आहे. यामुळे आजच्या काळातील 'आयडिया ऑफ इंडिया'मध्ये कृषी क्षेत्र हे परिघाच्या बाहेर दिसते. यामुळे कृषी क्षेत्रातील भारताची संकल्पना आणि नवभारताची संकल्पना यांमध्ये विषमता आणि भेदभाव सुस्पष्टपणे दिसतो.

सत्तरच्या दशकाच्या शेवटी (१९७८) शरद जोशी यांनी 'इंडिया' आणि 'भारत' असा फरक केला होता. म्हणजेच शरद जोशी यांनी कृषीशी संबंधित 'आयडिया ऑफ इंडिया'चा ऱ्हास होत आहे ही गोष्ट अधोरेखित केली होती. ऐंशीच्या दशकामध्ये शरद जोशी यांनी कृषीशी संबंधित 'आयडिया ऑफ इंडिया'ची पुनर्रचना करण्याचा आग्रह धरला होता; परंतु त्यांनीच ऐंशीच्या दशकाच्या उत्तरार्धात कृषीशी संबंधित 'आयडिया ऑफ इंडिया'पासून फारकत घेतली. त्यानंतर 'आयडिया ऑफ इंडिया'मध्ये कृषी क्षेत्राची हेळसांड झाली. कृषी क्षेत्राला पूर्णवेळ कृषि मंत्री मिळणेदेखील दुरापास्त होत गेले, असे माजी कृषीमंत्री शरद पवार यांनी त्यांच्या आत्मचरित्रात नोंदवले आहे.

एकविसाव्या शतकाच्या पहिल्या दशकात शरद पवार यांनी कृषी क्षेत्राची जबाबदारी केंद्रात स्वीकारली (२००४-२०१४). त्यांच्या कार्यकाळाच्या दहा वर्षांत कृषी क्षेत्राची डागडुजी करण्याचा प्रयत्न झाला. पन्नाशीचे दशक, साठीचे दशक आणि एकविसाव्या शतकातील आरंभीचे दशक अशी तीन ते साडेतीन दशके वगळता 'आयडिया ऑफ इंडिया'मध्ये कृषी क्षेत्र कुठे आहे, हाच प्रश्न निर्माण होतो. म्हणजेच कृषी क्षेत्राला 'आयडिया ऑफ इंडिया' मधून वगळण्यात आले होते. हे वास्तविक

चित्र भारतीय स्वातंत्र्याच्या अमृत महोत्सवाच्या प्रसंगीचे आहे. या चित्रामधून कृषीशी संबंधित नेमके असे फारसे काही स्पष्ट होत नाही. यामुळे कृषीशी संबंधित 'आयडिया ऑफ इंडिया' कोणती होती, या गोष्टीचा शोध घ्यावा लागतो. यासाठी थेट आपणास महात्मा फुले यांच्यापासून सुरुवात करावी लागते. आधुनिक काळामध्ये महात्मा फुले, न्यायमूर्ती रानडे, शाहू महाराज, महाराजा सयाजीराव गायकवाड, विठ्ठल रामजी शिंदे, पंजाबराव देशमुख, पंडित जवाहरलाल नेहरू, यशवंतराव चव्हाण आदींनी शिवरायांच्या 'आयडिया ऑफ इंडिया'चा विचार केलेला दिसतो. त्यांनी शब्दार्थापिक्षा भावार्थाने शिवरायांचे जीवन आणि 'आयडिया ऑफ इंडिया' यांची सांधेजोड केलेली दिसते. शिवरायांच्या जीवनचरित्राचे हे एक आगळेवेगळे वैशिष्ट्य अधोरेखित केलेले आहे.

महात्मा फुले यांची 'आयडिया ऑफ इंडिया'

आधुनिक काळात प्रथम महात्मा फुले यांनी कृषीशी संबंधित 'आयडिया ऑफ इंडिया' मांडली होती. या गोष्टीचे भान भारतामध्ये जवळपास लोप पावलेले दिसते. परंतु महात्मा फुले यांच्या विचारांमध्ये कृषीशी संबंधित 'आयडिया ऑफ इंडिया' मध्यवर्ती होती, असे दिसते. महात्मा फुले यांच्या समग्र वाङ्मयामध्ये याबद्दलची चार उदाहरणे सुस्पष्टपणे दिसतात :

● महात्मा फुले यांच्या विचारातील बळीचे राज्य किंवा बळीस्थान ही संकल्पना 'आयडिया ऑफ इंडिया' कृषीचा अर्थ व्यक्त करणारी आहे.

● महात्मा फुले यांनी शिवाजी महाराजांवर 'कुळवाडी कुलभूषण' हा पोवाडा लिहिलेला आहे. शिवाजी महाराजांच्या 'आयडिया ऑफ इंडिया'मधील कृषीचा अर्थ व्यक्त करणारा असा हा पोवाडा आहे. दुसऱ्या शब्दात, महात्मा फुले यांनी 'आयडिया ऑफ इंडिया'चा कृषीशी संबंध जोडताना बळीराजा आणि शिवराय या दोन महत्त्वाच्या राज्यकर्त्यांना मध्यवर्ती ठेवले. बळीराजा आणि शिवराय यांच्या विचारांमधील कृषीची संकल्पना महात्मा फुले यांनी 'आयडिया ऑफ इंडिया' म्हणून अधोरेखित केली होती.

● महात्मा फुले यांनी हरित स्वराज्याची कृषीशी संबंधित संकल्पना अधोरेखित केली होती.

● महात्मा फुले यांना 'आयडिया ऑफ इंडिया' याचा शेतकऱ्यांची शोषणातून मुक्ती

 हा अर्थ अभिप्रेत होता. शेतकऱ्यांच्या शोषणमुक्तीसाठी राज्यसंस्थेने प्रयत्न करावेत, अशी भूमिका महात्मा फुले यांनी घेतली होती.

या चार उदाहरणांवरून महात्मा फुले यांची 'आयडिया ऑफ इंडिया'ची कल्पना कृषीसंबंधित होती असे सुस्पष्टपणे दिसते.

न्यायमूर्ती रानडेप्रणीत 'आयडिया ऑफ इंडिया'

महात्मा फुलेंच्या नंतर कृषीशी संबंधित 'आयडिया ऑफ इंडिया'ची संकल्पना न्यायमूर्ती रानडे यांनी अधोरेखित केलेली दिसते. न्यायमूर्ती रानडे यांनी 'Rise of the Maratha Power' हा ग्रंथ लिहिला. या ग्रंथात शिवरायांची प्रतिमा त्यांनी 'आयडिया ऑफ इंडिया' याच्याशी जोडून मांडलेली आहे. भारतीय राष्ट्रवादाचा उगम त्यांनी शिवरायांमध्ये शोधलेला दिसतो. न्यायमूर्ती रानडे यांनी कृषीशी संबंधित 'आयडिया ऑफ इंडिया'चे चार स्तंभ स्पष्ट केलेले दिसतात:

- कृषीचे आधुनिकीकरण करणे हा त्यांच्या विचारातील एक महत्त्वाचा घटक होता.
- कृषी आणि औद्योगिक प्रगती यांचा समन्वय साधणे हा दुसरा महत्त्वाचा आधारस्तंभ होता.
- कृषीला राज्यसंस्थेने आर्थिक मदत करावी हा तिसरा आधारस्तंभ होता.
- कृषी क्षेत्रासाठी बँक आणि पतसंस्था स्थापन कराव्यात, असा विचार त्यांनी मांडला होता.

या विचारांमध्ये 'आयडिया ऑफ इंडिया' एक आहे. या विचारांचा कृषीशी मूलभूत संबंध असल्याचे दिसते.

शाहू महाराजांची कृषी स्वराज्याची संकल्पना

महात्मा फुले आणि न्यायमूर्ती रानडे यांच्यानंतर 'आयडिया ऑफ इंडिया'च्या संकल्पनेतील कृषी क्षेत्राचे मूलभूत घटक शाहू महाराजांच्या विचारात आणि कार्यात सुस्पष्टपणे दिसतात. शाहू महाराज हे शिवरायांचे राजकीय वारसदार. त्यामुळे शाहू महाराजांचे शिवरायांच्याबद्दलचे आकलन हे अत्यंत महत्त्वाचे ठरते. याबद्दलची पुढील काही महत्त्वाची उदाहरणे चित्तवेधक आहेत :

- शाहू महाराजांनी कृषीसाठी पाणीपुरवठ्याचे धोरण निश्चित केले होते. त्यांनी

त्यासाठी धरणाच्या बांधकामाचे काम सुरू केले होते.

- शाहू महाराजांनी कृषीवर आधारित कृषी औद्योगिक प्रकल्प सुरू केले होते. कृषी-औद्योगिक समाजाची संकल्पना त्यांच्या विचारात होती.
- त्यांनी कृषी क्षेत्राला राज्यसंस्थेचा पाठिंबा दिला होता.
- आर्थिक पतपुरवठा करणाऱ्या संस्था त्यांनी स्थापन केल्या. तसेच त्यांनी कृषी उत्पादनाला योग्य भाव मिळावा यासाठी प्रयत्न केला.

शाहू महाराजांची 'आयडिया ऑफ इंडिया' कृषी संबंधित असल्याचे अशा काही निवडक उदाहरणांतून दिसून येते.

महाराजा सयाजीराव गायकवाड यांची संकल्पना

महाराजा सयाजीराव गायकवाड यांनी सरळ सरळ 'आयडिया ऑफ इंडिया'ला पाठिंबा दिलेला होता. महाराजा सयाजीरावांच्या या संकल्पनेत कृषीक्षेत्र हे मध्यवर्ती होते. मराठा राज्यसंस्थेची एक महत्त्वाची शाखा बडोदा येथे होती. त्या शाखेचे प्रमुख राजा सयाजीराव गायकवाड होते. कृषी क्षेत्राचे चार घटक आपल्या विचारातून आणि कार्यातून अधोरेखित केले आहेत.

- महाराजा सयाजीराव गायकवाड यांनी कृषी क्षेत्रासाठी आधुनिक विज्ञानाचा प्रयोग सुरू केला.
- कृषीसाठी पाणीपुरवठ्याचे धोरण राज्यसंस्थेचे धोरण म्हणून निश्चित केले.
- कृषी क्षेत्राला आर्थिक मदत करणाऱ्या आर्थिक संस्था उभ्या केल्या.
- कृषी उत्पादनाला योग्य भाव देण्यासाठी त्यांनी राज्यसंस्था शेतकरी वर्गाच्या पाठीशी उभी केली.

या काही निवडक गोष्टींमधून सयाजीराव गायकवाड यांच्या विचारांमध्ये कृषिप्रणीत 'आयडिया ऑफ इंडिया' आहे, असे दिसते.

महर्षी शिंदेप्रणीत 'आयडिया ऑफ इंडिया'

महर्षी विठ्ठल रामजी शिंदे यांच्या विचारांमध्ये 'आयडिया ऑफ इंडिया' मध्यवर्ती होती. शिंदे यांनी विसाव्या शतकाच्या दुसऱ्या दशकात 'आयडिया ऑफ इंडिया' वापरण्यास सुरुवात केली होती. त्यांनी 'भारतीय अस्पृश्यतेचा प्रश्न' हे पुस्तक लिहिले. या पुस्तकात त्यांनी 'भारतीय' ही संकल्पना वापरलेली आहे. दुसरे उदाहरण

म्हणजे शिंदे यांनी मार्च १९१८मध्ये सयाजीराव गायकवाड यांच्या अध्यक्षतेखाली अखिल भारतीय अस्पृश्यता निवारण परिषद मुंबईत भरवली होती. या परिषदेच्या मुख्य नावामध्ये त्यांनी अखिल भारतीय अशी संकल्पना वापरली आहे. शिंदे यांच्या 'आयडिया ऑफ इंडिया'मध्ये कृषी क्षेत्र मध्यवर्ती ठेवलेले होते. या संदर्भातील काही निवडक उदाहरणे पुढीलप्रमाणे आहेत :

- महर्षी विठ्ठल रामजी शिंदे यांनी बहिष्कृत समाजासाठी कृषी संबंधित प्रयोग खेडेगावांमध्ये करण्याचा प्रकल्प हाती घेतला होता.
- त्यांनी शेतकऱ्यांच्या परिषदा घेतल्या. शेतकऱ्यांचे मुख्य प्रश्न परिषदांमध्ये मांडले.
- राज्यसंस्थेने कृषिक्षेत्राला पाठिंबा द्यावा अशी भूमिका त्यांनी घेतली होती.
- स्वराज्याचा विचार गावगाड्यामध्ये शोधला होता. शिंदे आणि गांधी यांच्या विचारांमध्ये या मुद्द्याबाबत फार साम्य होते.

लोकमान्य टिळकप्रणीत कृषी स्वराज्याची संकल्पना

आधुनिक काळात लोकमान्य टिळकांनी शिवजयंती उत्सवाची सुरुवात केली. टिळकांनी कृषी स्वराज्याचा विचार मांडला होता. विसाव्या शतकाच्या दुसऱ्या दशकात टिळकांचे विचार आमूलाग्र बदललेले होते. लोकमान्य टिळक यांनी १९१४ नंतर कृषी स्वराज्याचा अर्थ लावण्याचा प्रयत्न केला. त्यांच्या विचारांची चार वैशिष्ट्ये दिसतात :

- लोकमान्यांनी स्वराज्याची संकल्पना मांडली. त्यांनी डेमोक्रॅटिक पक्षाचा जाहीरनामा लिहिला आहे. त्या जाहीरनाम्यात त्यांनी राजकीय स्वातंत्र्याबरोबर कृषी स्वराज्याची तत्त्वेही मांडली आहेत.
- टिळकांनी कृषीचे आधुनिकीकरण करण्याचा विचार मांडला.
- राज्यसंस्थेने पुढाकार घेऊन कृषीला मदत करावी अशी त्यांनी भूमिका डेमोक्रॅटिक पक्षाच्या जाहीरनाम्यात मांडली.
- राज्यकर्त्या वर्गाने कृषी धोरण ठरवण्याचा विचार त्यांनी मांडलेला दिसतो.

लोकमान्य टिळकांनी मांडलेल्या डेमोक्रॅटिक पक्षाच्या जाहीरनाम्याचा सविस्तर विस्तार पंडित नेहरूंच्या कृषी धोरणात दिसतो.

महात्मा गांधीप्रणीत 'आयडिया ऑफ इंडिया'

महात्मा गांधी यांच्या 'भारत' संकल्पनेत खेड्यांच्या पुनर्रचनेला मध्यवर्ती स्थान देण्यात आले होते. त्यांनी कृषी हा घटक 'आयडिया ऑफ इंडिया'चा पाया मानला होता. महात्मा गांधी यांनी कृषी या घटकाचे चार महत्त्वाचे आधार स्पष्ट केले होते.

- खेड्यांची पुनर्रचना कृषीशी संबंधित होती. महात्मा गांधी यांनी युरोपचे शहरीकरणाचे आणि औद्योगिकीकरणाचे प्रारूप नाकारले होते.
- कृषीवर आधारित छोटे छोटे उद्योग हा त्यांचा दुसरा महत्त्वाचा प्रकल्प होता. स्वयंपूर्ण खेड्यांची त्यांची संकल्पना कृषिप्रधान होती.
- कृषीची पुनर्रचना अन्नधान्य आणि आरोग्य या दोन गोष्टींशी त्यांनी जोडली होती. कृषी आधारित जीवनपद्धती हा त्यांचा मुख्य विचार होता.
- कृषी आणि पर्यावरण या दोन गोष्टींची सांधेजोड महात्मा गांधी यांनी केली होती. या चार घटकांमधून हरित भारत अशी महात्मा गांधींची धारणा अधोरेखित होते.

डॉ. आंबेडकरप्रणीत 'आयडिया ऑफ इंडिया'

डॉ. बाबासाहेब आंबेडकर यांची 'आयडिया ऑफ इंडिया' ही सुनिश्चित आणि सुस्पष्ट होती. त्यांनी सातत्याने भारत ही संकल्पना मध्यवर्ती ठेवलेली होती. उदाहरणार्थ, 'बहिष्कृत भारत'. डॉ. आंबेडकरांच्या विचारांमध्ये बहिष्कृत भारत ही संकल्पना जशी औद्योगिक धोरणाशी संबंधित होती, तशीच ती कृषी धोरणाशीदेखील संबंधित होती. डॉ. आंबेडकर यांनी अधोरेखित केलेल्या कृषी-औद्योगिक धोरणाच्या आधारे त्यांची 'आयडिया ऑफ इंडिया' सुस्पष्टपणे व्यक्त होते. या संदर्भातील काही निवडक उदाहरणे पुढीलप्रमाणे आहेत :

- राज्य समाजवाद (State Socialism) या संकल्पनेमध्ये डॉ. आंबेडकर यांनी शेतीशी संबंधित विचार मांडलेला होता.
- डॉ. आंबेडकर यांचा विचार शेतीचे आधुनिकीकरण करण्याचा होता. शेतीची उत्पादकता वाढवणे हा महत्त्वाचा विचार त्यांनी मांडला होता.
- बहिष्कृत समाजाला सरकारने जमीन द्यावी हा त्यांनी विचार मांडलेला होता.
- कृषी क्षेत्रासाठी पाणीपुरवठ्याच्या आणि वीजपुरवठ्याच्या धोरणांचा पुरस्कार डॉ. आंबेडकर यांनी केला होता.

या काही निवडक उदाहरणांमधूनदेखील त्यांच्या विचारातील 'आयडिया ऑफ इंडिया'मध्ये कृषीला प्राधान्य होते असे दिसते. डॉ. आंबेडकर यांनी खेड्यांच्या पुनर्रचनेवर विश्वास ठेवला नाही; परंतु त्यांनी कृषीची पुनर्रचना करण्याचा विचार निश्चितपणे मांडला होता.

पंडित नेहरूंची 'आयडिया ऑफ इंडिया'

पंडित जवाहरलाल नेहरू यांची 'आयडिया ऑफ इंडिया' 'डिस्कवरी ऑफ इंडिया' या ग्रंथामध्ये स्पष्ट झाली आहे. सुनील खिलनानी यांनी नेहरूंची 'आयडिया ऑफ इंडिया' स्पष्ट केली आहे. या संकल्पनेचा एक वैशिष्ट्यपूर्ण घटक कृषी हा होता. त्यांची 'भारत' ही संकल्पना कृषीशिवाय पूर्ण होत नाही. या गोष्टीचे भान आज-काल फारच धूसर झालेले दिसते. पंडित नेहरू यांच्या 'आयडिया ऑफ इंडिया'मध्ये कृषीचा विचार पुढील काही तत्त्वांवर आधारलेला आहे :

- कृषी क्षेत्राचे प्रश्न ज्या त्या वेळीच सोडवले पाहिजेत; ते प्रश्न पुढे ढकलून चालत नाहीत.
- कृषी क्षेत्राचे आधुनिकीकरण करण्याचा विचार नेहरूंनी मांडलेला होता.
- औद्योगिकीकरणासाठी कृषीचा योग्य तो विकास झाला पाहिजे अशी त्यांची भूमिका होती. कृषीची अधोगती म्हणजे उद्योगांचीदेखील अधोगती असे त्यांचे सूत्र होते.
- त्यांनी कृषी क्षेत्राला राज्यसंस्था आणि आर्थिक संस्थांचा पाठिंबा मिळवून दिला.
- आधुनिक पद्धतीच्या शिक्षणाचा उपयोगदेखील त्यांनी कृषी क्षेत्राच्या विकासासाठी केला.
- पंडित जवाहरलाल नेहरू यांनी प्रतापगडावर केलेल्या भाषणात शिवराय हे आधुनिक भारताचे एक प्रेरणास्रोत आहेत अशी भूमिका मांडली होती. त्यांच्या या विधानाचा सरळ सरळ अर्थ शिवराय हे 'आयडिया ऑफ इंडिया'चे एक प्रेरणास्रोत आहेत, असा होतो.

पंजाबराव देशमुख यांची 'आयडिया ऑफ इंडिया'

पंजाबराव देशमुख यांची 'आयडिया ऑफ इंडिया'ची संकल्पना कृषीशी संबंधित होती. देशमुख यांच्या या संकल्पनेतील कृषीबद्दलची काही महत्त्वाची उदाहरणे

पुढीलप्रमाणे दिसतात.

- पंजाबराव देशमुख यांनी 'वैदिक वाङ्मयातील धर्माचा उदय आणि विकास' हा ग्रंथ लिहिला. या ग्रंथात त्यांनी धर्माचा उदय आणि विकास कसा झाला हे स्पष्ट केले आहे. या ग्रंथात त्यांनी कृषीशी संबंधित असणाऱ्या नैसर्गिक शक्ती अधोरेखित केलेल्या आहेत. ही गोष्ट पंजाबराव देशमुख यांनी १९२६ मध्येच स्पष्ट केली होती.

- १९३३ नंतर कृषीमध्ये धर्मभावना विकसित होत केली. त्यांनी कृषी क्षेत्रातील समस्या सोडवणे हाच धर्मभावनेचा मूळ गाभा अधोरेखित केला. पंजाबराव देशमुख यांच्या दृष्टीने शेतकऱ्यांची उन्नती हाच धर्मभावनेचा आशय होता.

- सहकारी चळवळीच्या मार्फत त्यांनी खरेदी-विक्री संस्थांचे देशभर जाळे विणले होते.

- त्यांनी ७ फेब्रुवारी १९५५ रोजी 'भारत कृषक समाजा'ची स्थापना केली. या समाजाच्या वतीने भारतीय शेतकऱ्यांचे अधिवेशन ३ एप्रिल १९९५ रोजी घेतले. ही देशमुख यांची संकल्पना भारतवाचक आहे. तसेच भारत कृषकवाचक आहे. यामुळे पंजाबराव देशमुख यांच्या विचारांमध्ये कृषी आधारित 'आयडिया ऑफ इंडिया' मध्यवर्ती होती असे दिसते.

- पंजाबराव देशमुख यांनी शिवाजी शिक्षण संस्थेची स्थापना केली. त्यांनी शिवरायांचे प्रतीक शिक्षणासाठी निवडले. त्यांनी शिवाजी उत्सव संस्थेमध्ये सुरू केला. अर्थात शिवराय 'आयडिया ऑफ इंडिया'चे प्रतीक आहेत हा मुद्दा विचक्षण विचारवंत पंजाबराव देशमुख यांनी विकसित केलेला आहे. छत्रपती शिवाजी राजांच्या राज्यविषयक धोरणात शेतकऱ्याची अर्थात बळीराजाची काळजी कशी घ्यावी, कृषी उत्पादन वाढीसाठी काय धोरण असावे याचे विवेचन आले आहे, त्यामुळे शिवरायांना कृषक समाजाचे प्रतीक मानले आहे.

यशवंतराव चव्हाणप्रणीत 'आयडिया ऑफ इंडिया'

कृषी जीवनातील अनुभवावर आधारित 'आयडिया ऑफ इंडिया'ची रेखाटण्याचे काम यशवंतराव चव्हाण यांनी केले. पंजाबराव देशमुख, महर्षी विठ्ठल रामजी शिंदे या दोघांनीही आधुनिक पद्धतीचे शिक्षण परदेशात घेतले होते. न्यायमूर्ती रानडे यांनीदेखील पाश्चिमात्य पद्धतीचे शिक्षण घेतले होते. महात्मा गांधींनी आफ्रिका

आणि युरोप येथील कृषी व्यवस्था पाहिलेली होती. तसेच शाहू महाराज आणि सयाजीराव गायकवाड यांनी युरोपचा अनुभव घेतलेला होता. इतका विस्तृत अनुभव सुरुवातीच्या काळात यशवंतराव चव्हाणांचा नव्हता.

डॉ. बाबासाहेब आंबेडकर व पंडित जवाहरलाल नेहरू यांची 'आयडिया ऑफ इंडिया' पाश्चात्त्य शिक्षणपद्धतीवर आधारित विकसित झाली होती. या सर्वांपिक्षा यशवंतराव चव्हाण यांचे व्यक्तिमत्त्व वेगळे होते. त्यांची 'आयडिया ऑफ इंडिया'ची संकल्पना 'देवराष्ट्रे' या गावाच्या अनुभवातून त्यांच्या, तसेच कोल्हापूरमधील शिक्षणातून उदयास येते. या संकल्पनेचे मूळ हे खेडेगावांशी संबंधित आहे.त्यांच्या या संकल्पनेची काही वैशिष्ट्ये पुढीलप्रमाणे आहेत :

● यशवंतराव चव्हाण यांनी 'कृष्णाकाठ' हे आत्मचरित्र लिहिले आहे. कृष्णाकाठ या नावामध्येच नद्यांच्या अवतीभवतीच्या कृषी संस्कृतीतील भारत असा अर्थ व्यक्त होतो.

● कृषी संस्कृती, सामाजिक सलोखा व धार्मिक सलोखा यांवर आधारलेल्या भारताची संकल्पना अधोरेखित करते.

● यशवंतराव चव्हाण यांनी सहकार चळवळ विकसित केली, ज्याद्वारे शेतकरी व शेती बळकट व्हावी, असा प्रयास केला गेला.

● त्यांनी कृषी क्षेत्राला राज्यसंस्थेने आर्थिक मदत करावी अशी भूमिका घेतली.

● आधुनिक भारताचा विकास कृषी-औद्योगिक प्रारूपाच्या मदतीने होईल, असा त्यांचा ठाम विश्वास होता, यासाठी असे प्रारूप विकसित केले गेले. यामध्ये कृषी औद्योगिक समझोता किंवा समतोल या गोष्टीला मध्यवर्ती होते.

● यशवंतराव चव्हाण यांनी पुढाकार घेऊन पंडित जवाहरलाल नेहरू यांना प्रतापगडावरती शिवाजी महाराजांच्या पुतळ्याचे अनावरण करण्यासाठी आणले होते. तेव्हा पंडित नेहरू यांनी शिवराय हे आधुनिक भारताचे व सर्वांचे प्रेरणास्रोत आहेत असा आदराने उल्लेख केला होता. शिवरायांनी सर्वच क्षेत्रात केलेले कार्य हे कायमच दिशादर्शक ठरणारे आहे. म्हणजेच थोडक्यात यशवंतराव चव्हाण यांनी शिवराय आणि 'आयडिया ऑफ इंडिया' या संकल्पनांची सांधेजोड केली होती.

● यशवंतराव चव्हाण यांना नेहरूंनी त्यांच्या मंत्रिमंडळात संरक्षण खाते दिले होते. तेव्हा शिवरायांच्या चरित्रातून प्रेरणा घेऊन त्यांनी भारतीय संरक्षण खात्यात

आमूलाग्र बदल केले. म्हणजेच शिवरायांची ग्रँड स्ट्रॅटेजी आणि 'आयडिया ऑफ इंडिया' यांची सांधेजोड यशवंतराव चव्हाण यांनी केली होती.

नवभारताची संकल्पना

नवभारताची संकल्पना (Idea of New India) एकविसाव्या शतकाच्या दुसऱ्या दशकात मांडली जात आहे. एकविसाव्या शतकाच्या तिसऱ्या दशकात भारतीय स्वातंत्र्याचा अमृतमहोत्सव साजरा केला जात आहे. याप्रसंगी एक विचारप्रवृत्त करणारा प्रश्न उभा राहतो, तो प्रश्न म्हणजे महात्मा फुले, न्यायमूर्ती रानडे, शाहू महाराज, महाराजा सयाजीराव गायकवाड, विठ्ठल रामजी शिंदे, महात्मा गांधी, डॉ. बाबासाहेब आंबेडकर, पंजाबराव देशमुख, पंडित जवाहरलाल नेहरू व यशवंतराव चव्हाण यांनी अधोरेखित केलेली कृषी-आधारित 'आयडिया ऑफ इंडिया' आज औचित्यपूर्ण आहे की नाही ? या प्रश्नाचे उत्तर भारतातील सर्व नागरिकांना सारासार विचार करून द्यावे लागेल.

विसाव्या शतकाच्या शेवटच्या तीन दशकांमध्ये आणि एकविसाव्या शतकात कृषी-आधारित 'आयडिया ऑफ इंडिया' अस्पष्ट होत गेली. तिचा ऱ्हास होत गेला. या संकल्पनेला परिघाच्या बाहेर ढकलले गेले. या घटनेला जवळपास चाळीस वर्षे पूर्ण झाली आहेत. राज्यकर्ता वर्ग, धोरणनिर्मिती, धोरणाची अंमलबजावणी करणारे प्रशासक, इलेक्ट्रॉनिक मीडिया यांच्या विचारातून कृषी-आधारित 'आयडिया ऑफ इंडिया' पूर्णपणे हद्दपार झालेली आहे. यामुळे भारतातील कृषी आधारित भूप्रदेशांची ओळख शेतकऱ्यांची आत्महत्या आणि बिमारू राज्य अशी निर्माण होत चाललेली आहे. ही विषमता व भेदभाव मुळात 'आयडिया ऑफ इंडिया'मधून कृषीआधारित 'आयडिया ऑफ इंडिया' वगळण्यामुळेच ही परिस्थिती निर्माण झाली आहे, हा कालावधीही जवळपास ५० वर्षांचा आहे.

म्हणजेच थोडक्यात कृषी क्षेत्राला दुय्यम समजण्यास सुरुवात झाली, तेव्हापासून ते आजपर्यंत जवळपास पन्नास वर्षे पूर्ण होत आहेत. यामुळे कृषी क्षेत्राच्या वाट्याला इतर क्षेत्रांच्या मानाने विषमता आणि भेदभाव या दोन गोष्टी आलेल्या आहेत. ही घटना उत्तर प्रदेशातील पूर्वांचलमध्ये, महाराष्ट्रातील मराठवाडा व विदर्भ विभागातदेखील स्पष्टपणे दिसते.

न्या. रानडे यांची कृषी आणि औद्योगिक भारताची संकल्पना

भारतीय स्वातंत्र्य चळवळीमध्ये सुरुवातीला 'कृषी आधारित भारत' आणि 'औद्योगिक भारत' ही संकल्पना न्यायमूर्ती महादेव गोविंद रानडे (१८ जानेवारी, १८४२-१६ जानेवारी, १९०१) यांनी अधोरेखित केली होती. त्यांनी एकोणिसाव्या शतकातील कृषी आणि औद्योगिक भारताची संकल्पना मांडली होती. त्यांना 'महाराष्ट्राचे सॉक्रेटिस' आणि 'भारतीय अर्थशास्त्रज्ञ' म्हणून ओळखले जाते. त्यांनी कृषीप्रधान भारत आणि कृषीप्रधान भारताचे औद्योगिक भारतात रूपांतर हा विचार मांडला. दुसऱ्या शब्दात त्यांनी कृषी आणि औद्योगिक भारताची संकल्पना मांडली. त्यांचा हा विचार 'हिंदी राष्ट्र' म्हणूनदेखील ओळखला जातो.

कृषीप्रधान भारत

न्या. महादेव गोविंद रानडे यांना भारतीय राष्ट्रीय अर्थशास्त्राचे जनक (Father of Indian Political Economy) मानले जाते. विशेषतः मुंबई विद्यापीठाचे पहिले फेलो म्हणून त्यांची निवड झाली. त्यांनी अल्पकाळ एल्फिन्स्टन महाविद्यालयात अर्थशास्त्राचे अध्यापन केले. भारतीय शेतीचे सुस्पष्ट चित्र न्या. रानडे यांच्या समोर होते. या काळात रामकृष्ण विश्वनाथ, लोकहितवादी, हरी केशवजी आणि कृष्णशास्त्री चिपळूणकर यांनी अर्थशास्त्र विषयावर लेखन केले

होते. तो काळ एकोणिसाव्या शतकाच्या पूर्वार्धातील (१८४३ ते १८५५) होता.

पश्चिमेकडे १७७६ मध्ये अॅडम स्मिथ यांनी *Wealth of Nation* हा ग्रंथ लिहिला होता. जॉन स्टुअर्ट मिल यांनी *Principles of Political Economy* हा ग्रंथ लिहिला होता. या ग्रंथातील विचार न्या. रानडे यांनी अभ्यासले होते. त्यांना जागतिक पातळीवरील आर्थिक प्रवाहांचे उत्तम ज्ञान होते. तसेच त्यांनी भारतातील कृषी विचारांचा अभ्यास केला होता.

न्या. रानडे यांच्या कृषी आधारित भारत या संकल्पनेची वैशिष्ट्ये आजही उपयुक्त ठरणारी आहेत. त्यातील काही पुढीलप्रमाणे :

- एकोणिसाव्या शतकातील भारतीय कृषी आणि उद्योगाच्या समस्यांचा सूक्ष्म अभ्यास करून त्यांनी देशामध्ये औद्योगिकीकरणाचे महत्त्व स्पष्ट केले. त्यांनी देशाच्या आर्थिक उन्नतीचा विचार मांडला. भारतात शेती हा मुख्य व्यवसाय असल्यामुळे देशातील लोकसंख्येचा भार हा शेतीवर होता. एकोणिसाव्या शतकाच्या उत्तरार्धात भारतातील शेतीची व शेतकऱ्यांची अवस्था दयनीय होती. या परिस्थितीवर उपाय म्हणून औद्योगिकीकरणाचा स्वीकार करावा. मुक्त बाजार अर्थव्यवस्थेचे तत्त्व भारतावर लादले जाऊ नये. कारण ते तत्त्व भारताच्या तत्कालीन सामाजिक व राजकीय स्थितीशी मिळते जुळते नव्हते, असे त्यांचे विवेचन होते. त्यांनी जमिनदारी आणि रयतवारीच्या पद्धतीमध्ये मूलभूत बदल सुचविले. या आर्थिक बदलासाठी केलेल्या कार्यामुळे त्यांना 'भारतीय अर्थशास्त्राचे जनक' मानले गेले. राजेंद्र व्होरा यांनी महात्मा जोतीराव फुले व न्या. महादेव गोविंद रानडे यांच्या उदारमतवादाची तुलना केली आहे. त्यांनी न्या. महादेव गोविंद रानडे यांचा उदारमतवाद अभिजनवादी आहे, अशी मांडणी केली. या चौकटीत त्यांनी कृषी व शेतकऱ्यांच्या प्रश्नांचे चर्चाविश्व विकसित केले. आधुनिकता व परंपरा यामधील शेतकरी समाजाच्या प्रश्नाबाबत त्यांनी स्पष्ट भूमिका मांडली.

- न्या. रानडे यांच्या मृत्यूनंतर त्यांचा *Essays on Indian Economics* (१९०६) हा ग्रंथ प्रकाशित झाला. भारतीय राजकीय अर्थशास्त्राची मांडणी, तसेच पतसंस्था, राज्यातील शेती व उद्योगाला प्रोत्साहन द्यावे याबाबतची मांडणी या ग्रंथात केली. या ग्रंथात ब्रिटिश इंडियामध्ये जमिनी व जकात

याबाबत निर्णय घेतले जात होते, त्यांचे विवेचन त्यांनी केले. तसेच त्या निर्णयाच्या परिणामांची चिकित्सक मांडणी केली होती. जमिनीची खरेदी-विक्री तसेच जमीन गहाण ठेवणे याबाबतचे तत्कालीन कालावधीतील हेतू व विचार त्यांनी मांडले होते. या ग्रंथात शेतीविषयक आधुनिक चर्चाविश्व विकसित केले गेले.

- आधुनिक काळात ब्रिटिशांनी शेतीक्षेत्रात शेतसारा वाढण्यासाठी बदल घडवून आणले. तेव्हा भारताचे दारिद्र्य आणि त्यांची कारणे यांची चिकित्सा करणारे दादाभाई नौरोजी यांचे लिखाण १८६७पासून प्रसिद्ध होत होते. देशाचे दारिद्र्याचे एक कारण म्हणून भारतातील ब्रिटिश राजवटीचा व तिच्या धोरणांचा दादाभाईंनी जोडलेला संबंध पुढे अनेकांच्या विचारांचा आधारस्तंभ बनला. सहाजिकच न्या. रानडे यांनी दादाभाईंच्या विचारांची दखल घेतली. १८७१मध्ये ब्रिटिश संसदेने फॉसेट यांची समिती नेमली होती. या समितीपुढे दादाभाईंनी साक्ष दिली होती. या समितीच्या अहवालावर न्या. महादेव गोविंद रानडे यांनी 'इंदुप्रकाशा'मध्ये लेखन केले. त्यानंतर १८७७मध्ये त्या लेखांचा संग्रह केला व पुस्तकही प्रकाशित झाले.

- कृषी, औद्योगिक क्षेत्र आणि व्यापार यांचा एकत्रित विचार त्यांनी मांडला. उदाहरणार्थ, ८ डिसेंबर १८७२ व २२ फेब्रुवारी १८७३ रोजी पुण्यात हिंदुस्थानच्या व्यापारासंबंधी न्या. रानडे यांनी दोन व्याख्याने दिली.

- १८२८मध्ये जमीन मोजणी आणि महसूलसारा आकारणी निश्चित करण्यासाठी एक वेगळे खाते स्थापन केले होते. प्रत्येक वहिवाटदाराची जमीन वेगवेगळी मोजण्यात आली. त्यावर सारा ठरवण्यात आला. प्रारंभी हा सारा निश्चित करताना यापूर्वी चांगले पीक आले असताना ठरवलेली देय रक्कम त्या जमिनीत झालेल्या उत्पादनाच्या जवळपास ५५ टक्के भागाचे पैशात मूल्य या पद्धतीने सारा ठरवण्यात आला. हा सारा शेतकऱ्यांसाठी अन्यायकारक होता. केवळ महाराष्ट्रातच नव्हे तर सर्व देशात जमीन महसूल हेच नव्या सरकारचे मुख्य उत्पन्न झाले. त्यामुळे साऱ्याचे प्रमाण मोठ्या प्रमाणात वाढवण्यात आले. शेतसाऱ्याचे प्रमाण इतके वाढले की, काही ठिकाणी रयतेने ब्रिटिश मुलखातून संस्थानी मुलखात स्थलांतर केले. पुढे यामध्ये काही सुधारणा केल्या गेल्या. जमिनीची प्रतवारी पाहून सारा कमी-

जास्त प्रमाणात करण्यात आला. या घटनेचा शेती व शेतकऱ्यांवर अनिष्ट परिणाम झाला. या प्रक्रियेचा न्या. रानडे यांनी सूक्ष्म अभ्यास केला होता.

● ब्रिटिशांनी शेतीविषयक बलुतेदारी पद्धत बंद करून शेतसारा पद्धत व मालमत्तेविषयी, खरेदी-विक्रीचे नवे कायदे नियम तयार केले. त्याचा वाईट परिणाम शेतीवर दिसू लागले. खरेदी विक्रीच्या नव्या कायद्यामुळे शेतीतील उत्पन्नावर शेतसारा हा पैशामध्ये सरकारकडे जमा करावा लागत होता. शेतसारा रोखीने भरणे सक्तीचे असल्याने शेतीतील उत्पादन कमी आले किंवा उत्पादन झाले नसले तरी शेतकऱ्याला कर्ज काढून शेतसारा भरावा लागे. त्यामुळे शेतकरी कर्जबाजारी होत असे. यावर उपाय म्हणून राज्यसंस्थेने शेती क्षेत्रात पुढाकार घ्यावा, असे न्या. रानडे यांनी सुचविले होते.

राज्यसंस्थेचा शेती क्षेत्रातील पुढाकार

शेतीच्या क्षेत्रामध्ये राज्यसंस्थेने हस्तक्षेप करावा, अशी सुस्पष्ट भूमिका न्या. रानडे यांची होती. शेती हा भारतीय अर्थव्यवस्थेचा पाया आहे, असा न्या. रानडे यांचा विचार होता. परंतु, ब्रिटिश इंडियामध्ये शेतीची दुरवस्था झालेली होती. शेतीची पुनर्रचना करणे गरजेचे होते. कर्जाचा डोंगर, उद्योगांचा अभाव, शासनाकडून जास्त प्रमाणात महसुलाची मागणी, शेती कसण्याच्या पारंपरिक पद्धती, शेती क्षेत्राची पत नसणे, मोठ्या लोकसंख्येचा भाग शेतीवरती अवलंबून असणे या समस्या शेतीक्षेत्रासमोर होत्या. या समस्यांचे न्या. रानडे यांनी विश्लेषण केले होते. या समस्यांमधून शेती क्षेत्राला राज्यसंस्थेने बाहेर काढावे, अशी न्या. रानडे यांची भूमिका होती. शेतीमध्ये सुधारणा करण्यासाठी किंवा शेतीपुढील या समस्या दूर करण्यासाठी न्या. रानडे यांनी राज्यसंस्थेला खालील काही उपाय सुचविलेले आहेत.

● राज्यसंस्थेने शेतीचे भांडवली व्यवस्थेत रूपांतर करावे, अशी भूमिका न्या. रानडे यांची होती. न्या. रानडे यांनी भांडवलशाहीप्रधान शेतीव्यवस्थेचा पुरस्कार केला. याचा अर्थ त्यांनी शेती कसण्यासाठी आधुनिक पद्धतींचा पुरस्कार केला. म्हणजेच शेती आधुनिक पद्धतीने करण्यावर त्यांनी भर दिला. भांडवली पद्धतीने शेती करण्याचा विचार त्यांनी मांडला होता. ज्या शेतकऱ्यांकडे आधुनिक शेती करण्याची महाग यंत्रे किंवा उपकरणे खरेदी

करण्याची आर्थिक ताकद आहे, त्या शेतकऱ्यांना जमीन दिली पाहिजे, अशी त्यांची भूमिका होती.

● शेतजमिनीचे भांडवली पद्धतीने शेती करणाऱ्या शेतकऱ्यांकडे हस्तांतरण करावे. अर्थातच हा हस्तांतरण करणारा घटक राज्यसंस्था हा होता. भांडवली पद्धतीने शेती करणारे त्या जमिनीचा जास्त चांगला उपयोग करतील, असे न्या. रानडे यांचे मत होते. न्या. रानडे सावकाराकडे शेतजमीन देण्याचे समर्थन करत नाहीत.

● शेतीचा विकास करण्यासाठी शेतकऱ्यांना भांडवलाची गरज आहे. त्यासाठी न्या. रानडे सुचवतात की, 'सहकारी पतपुरवठा संस्था' आणि 'सेवा संस्था स्थापन' कराव्यात. त्यामधून शेतकऱ्यांची गरज पूर्ण होईल. शासनाने सहकारी पतपुरवठा संस्था आणि सेवा संस्था स्थापन करण्यास आणि छोट्या शेतकऱ्यांना मदत करण्यासाठी प्रोत्साहन द्यावे. म्हणजेच राज्यसंस्थेने 'शेती क्षेत्राला पतपुरवठा' करण्याचा व सहकार या प्रवृत्तीचा पुरस्कार करावा, हा विचार न्या. रानडे यांनी मांडला होता.

● ग्रामीण समस्या सोडवण्यासाठी न्या. रानडे यांनी काही मार्ग व साधने सुचवली. विधिमंडळाने शेतकऱ्यांचे हित जपण्यासाठी कायदे करावेत. तसेच शेतकऱ्यांना कर्जपुरवठा करण्यासाठी शेती बँक स्थापन करावी. लोकांमध्ये सहकार प्रवृत्ती वाढवावी. या प्रक्रियेत राज्यसंस्थेची भूमिका मध्यवर्ती असावी, असे विचार न्या. रानडे यांनी मांडले होते.

● शेतकऱ्यांची शेतीची समस्या सोडवण्यासाठी जमिनीचे 'प्रमाणीकरण' व 'स्थिरीकरण' करणे गरजेचे आहे असे न्या. रानडे सुचवतात. शेतकऱ्यांना संपत्तीचा अधिकार द्यावा व त्या जमिनीचा महसूल कायमस्वरूपाचा निश्चित करावा. या जबाबदाऱ्या त्यांनी राज्यसंस्थेवर सोपवल्या आहेत. शिवाय ते 'रयतवारी पद्धतीचे' समर्थक होते.

● अविकसित जमिनीच्या विकासासाठी राज्यसंस्थेने शेतीचे कार्य पुढाकार घेऊन सुरू करावे. यातून शेती किफायतशीर आणि मेहनतीने फायदेशीर हाऊ शकते. मथितार्थ, या सर्व सूचनांमध्ये राज्यसंस्थेची भूमिका सकारात्मक आहे. शिवाय राज्यसंस्था ही कार्य करेल, असे त्यामध्ये गृहीतक आहे. उद्योगधंद्यांची शेतीशी सांगड घालावी. त्यामुळे शेती अधिक उत्पादक होईल.

या प्रक्रियेतून शेतीची पुनर्घटना करता येईल असे रानडे यांचे विचार होते. शेती, उद्योगधंदे व व्यापार या सर्वांची समांतर वाढ व्हावी, असा न्या. महादेव गोविंद रानडे यांचा विचार होता.

औद्योगिक भारत

न्यायमूर्ती रानडे यांनी कृषी आधारित भारत, आंतरराष्ट्रीय व्यापारामुळे होणारे कृषी आधारित भारताचे शोषण या मुद्द्यांचे विवेचन व विश्लेषण केले होते. न्यायमूर्ती रानडे यांनी यावर उपाय म्हणून औद्योगिकीकरणाचे एक प्रारूप सुचवले होते. या संदर्भातील तपशील पुढीलप्रमाणे आहे.

- आपल्या देशात शेती क्षेत्रामध्ये आधुनिक पद्धतीचा वापर करून शेतीला आधुनिक रूप दिले पाहिजे.
- त्याचबरोबर श्रीमंतांच्या मदतीने तरुणांना (भारतीय) परदेशात पाठवणे, त्यांना नवीन तंत्र शिकवणे आणि नव्याने मिळवलेल्या ज्ञानासह देशाची प्रगती करावी.
- शेती व्यवसायाला पर्याय म्हणून औद्योगिकीकरणाचा स्वीकार करावा.
- कारखानदारीची प्रगती करण्यासाठी राज्यसंस्थेने पतपुरवठा करावा. शासनाने या औद्योगिकीकरणाच्या प्रक्रियेस सर्वतोपरी मदत करावी.
- नव्या उद्योगधंद्यांची सुरुवात करण्याचे साहस करावे व त्यासाठी सरकारने योजना तयार कराव्यात. कच्च्या मालाचा वापर व त्यावरील प्रक्रिया करण्याची सुविधा, तांत्रिक ज्ञानाची वाढ होण्यासाठी तांत्रिक शिक्षण घेण्याची सुविधा राज्यसंस्थेने उपलब्ध करून द्यावी.
- उद्योगधंद्यांच्या बरोबरीने शेतीव्यवसायात शासनाने जोडधंदे सुरू करावेत.
- आधुनिकीकरणाचे धोरण शासनाने ठरवावे. औद्योगिकीकरणासाठी देशाच्या निरनिराळ्या भागात असलेल्या विपुल खनिजांचा व नैसर्गिक साधनसंपत्तीचा सुयोग्य वापर करण्याचे धोरण आखावे. सर्वच साधनसामग्री देशात उपलब्ध असणे शक्य नसल्याने आवश्यक आहे ती आर्थिक स्वयंपूर्णतेकरिता महत्त्वाच्या मालाची आयात करून ध्येय साध्य करावे. उपलब्ध आर्थिक स्रोतांचा सर्वोत्तम वापर करून व आधुनिक माध्यम सुविधा, यंत्रणा आणि शोध तसेच सिद्धान्त यांच्या मदतीने देशाचे औद्योगिकीकरण करावे.

* उत्पादन करण्याचे उद्योगधंदे हे शेतीतून निर्माण होण्याच्या मालाला पूरक म्हणून असावेत. तसेच त्या मालातून, शेतीतून शेतकरी किंवा मनुष्याला आवश्यक अशा जिनसांच्या स्वरूपात असावे, औद्योगिकीकरणाच्या माध्यमातून उत्कृष्ट दर्जाच्या मालाचे उत्पादन केले जावे, जेणेकरून उद्योगधंदे व कारखानदारी प्रगत करता येईल. मोठ्या प्रमाणात भांडवल उपलब्ध करण्याची सोय करण्यासाठी योजना तयार कराव्यात. जनतेने एकत्र येऊन अधिक ताकद किंवा व्यवस्था निर्माण करावी (सोसायट्या निर्माण कराव्यात). या सूचना न्या. महादेव गोविंद रानडे यांनी सरकारला केल्या होत्या.

न्या. रानडे यांनी भारतीय अर्थव्यवस्थेच्या मागासलेपणाला ब्रिटिश सरकारला दोषी मानले. त्यांनी लक्ष वेधले की, रयतवारी ही पश्चिम भारतातील प्राचीन जमीन व्यवस्था होती. ग्रामीण समाजाच्या लोकशाही घटनेसाठी ती योग्य होती. त्यांना श्रम, उद्योग आणि शिल्लक भांडवलाच्या नव्या मार्गांनी समाजाचे शहरीकरण करावयाचे होते. औद्योगिक विकास करण्यासाठी भांडवल, कच्चा माल, संयुक्त साठा, कंपनी, मनुष्यबळ, तांत्रिक कौशल्य या गोष्टींचा त्यांनी पुरस्कार केला होता. या आवश्यक महत्त्वाच्या गोष्टी आहेत. भारताकडे भांडवल कमतरता आहे; परंतु भारताकडे भांडवल नसल्याचा प्रचार करणे चुकीचे आहे.

सोने आणि चांदीचे दागदागिने विकत घेण्यासाठी कोट्यवधी रुपये खर्च केल्यामुळे भारतीयांनी त्यांच्या उत्पन्नात व्यर्थ खर्च केला. त्यांचे असे मत होते की, जर आपण यशस्वीरीत्या व काळजीपूर्वक आपल्या साधनसंपत्तीचा वापर केला तर, आपल्याला उद्योगांसाठी आवश्यक भांडवल निर्माण करणे कठीण होणार नाही. इंधनासाठी खनिज आणि नैसर्गिक साधनसंपत्ती प्रचंड होती. त्यांच्या मते भारतीय लोक स्टीलचे कारखाने, साखर कारखाने, कापड गिरण्या आणि इतर अनेक प्रक्रिया उद्योग बनवू शकतील. विशेषतः भारताकडे आशियाचे उत्पादन केंद्र असावे.

संयुक्त कंपनी स्थापन करून औद्योगिकीकरणाचा दृष्टिकोन स्वीकारावा. बाजारातील वस्तूंची मागणी लक्षात घेऊन या कंपनीने भारतात कारखाने सुरू केले पाहिजेत. वाढत्या लोकसंख्येमुळे कारखान्यांची स्थापना करणे लाभदायक ठरेल. परंतु कामगारांना प्रशिक्षण देण्यासाठी तांत्रिक शाळा नव्हती आणि

म्हणूनच भारताकडे कुशल मनुष्यबळाचा अभाव होता. म्हणूनच त्यांनी सांगितले की, सुरुवातीला भारतीयांनी परदेशी तज्ज्ञांची मदत घ्यावी आणि त्याच वेळी त्यांनी मनुष्यबळ प्रशिक्षित करण्यासाठी तांत्रिक संस्था सुरू केली पाहिजे, असा विचार न्यायमूर्ती रानडे मांडतात. जर भारतीयांनी अनेक वर्षे या मार्गावर यशस्वीरीत्या काम केले, तर ते देशाचा औद्योगिक विकास साध्य करू शकतील, असे न्या. रानडे यांचे कृषी-औद्योगिक विकासाचे प्रारूप होते.

न्या. रानडे यांना औद्योगिक प्रगतीच्या मार्गावरील अडचणी माहीत होत्या. देशात साधनसंपत्ती व कौशल्यांचा अभाव होता. प्रगत देशांच्या उद्योगांकडून स्पर्धा केली जात होती. या क्षेत्रात देश कमी पडत होता. भारतीयांनी या क्षेत्रात कठोर परिश्रम करून उत्कृष्ट कार्य केले पाहिजे. भारतासाठी काही फायदे त्यांनी लिहिलेले आहेत. उदाहरणार्थ, नैसर्गिक दृष्टिकोन, अविकसित पण अमर्यादित संसाधन, शांती व सुव्यवस्था, संपूर्ण जग आपल्यासाठी खुले आहे. शेतकऱ्यांच्या प्रगतीसाठी, विकासासाठी औद्योगिकीकरणांची गरज न्या. रानडे यांनी स्पष्ट केली होती.

औद्योगिकीकरण आणि शेती या दोन्ही क्षेत्रांत भांडवल पुरवठ्याची गरज होती. तसेच स्वदेशी उद्योगधंद्यांना अन्य देश जसे संरक्षण देतात, तसे भारतातही संरक्षण देणे गरजेचे आहे, असा विचार त्यांनी मांडला होता. न्या. रानडे यांनी पुरस्कृत केलेली भांडवलशाही ही तथाकथित भांडवलशाहीप्रमाणे नव्हती. उत्पादनाच्या साधनावर भांडवलदारांची मालकी असावी असेही त्यांनी सूचित केले नव्हते, तर जिल्हास्तरावरच्या समित्यांकडून भांडवल पुरवले जावे. देशात उद्योगधंदे सुरू करताना देशातील उपलब्ध असलेला कच्चा माल व खनिज संपत्ती यांची पाहणी करूनच ते सुरू करावेत. गळिताच्या धान्यासाठी गाळपाचा उद्योग भारतात सुरू करावा. साखरेसारख्या शेतमालाचा वापर करणाऱ्या उद्योगास प्राधान्य द्यावे. न्या. रानडे यांनी देशात उद्योगधंदे व भांडवल यांचे विकेंद्रीकरण करण्याची सूचना केली.

समारोप

ब्रिटिश राजवटीमध्ये शेतीक्षेत्रविषयक नवीन विचारप्रवाह सुरू झाले. त्याचा मोठा प्रभाव न्या. रानडे यांच्यावर झालेला होता. ब्रिटिश भारतीय अर्थव्यवस्थेची कशी

लूट करीत आहे, याचे त्यांनी विवेचन केले. त्यांनी कृषी आणि उद्योगातील समस्यांचा अभ्यास करून आधुनिकीकरण व औद्योगिकीकरण यास महत्त्व दिले. पारंपरिकता व आधुनिकीकरण यांची जोड असावी असे विचार त्यांनी मांडले. न्या. रानडे यांनी शेतकरी व शेतकऱ्यांच्या आर्थिक स्थितीचा समग्रपणे अभ्यास केला.

न्या. रानडे यांनी महाराष्ट्रातील खेडी, खेड्यांच्या गरजा व परिस्थिती यांचा विचार करून शासनाने खेड्यांच्या विकासासाठी निश्चित धोरण आखून तालुका पातळीवर बँक सुविधा व बँकेची आर्थिक जबाबदारी, ग्रामोद्योग सुरू करणे, जमीन स्वामित्व (हक्क), कुळकायदा यांसारख्या उपाययोजना करण्याबाबत विचार मांडले. शेतकऱ्यांचे प्रबोधन करण्याचे काम त्यांनी केले. न्या. रानडे हे सरकारी कर्मचारी असूनही त्यांनी त्यांच्या लेखातून, भाषणातून शेतकऱ्यांसाठी सरकारची असलेली जबाबदारी व त्या अनुषंगाने उपाययोजना सरकारने राबवाव्यात अशा प्रारूपाची मांडणी केली. या उपाययोजना करणे हे सरकारचे कर्तव्य आहे असे त्यांनी मांडले.

भारतीय स्वातंत्र्याच्या अमृत महोत्सवी वर्षात न्यायमूर्ती रानडे यांचे विचार महत्त्वाचे ठरतात, कारण न्यायमूर्ती रानडे यांनी मिश्र अर्थव्यवस्थेचे प्रारूप सुचवले होते. त्यांनी मांडलेला विचार लोकमान्य टिळक आणि पुढे पंडित जवाहरलाल नेहरू यांनीही विकसित केला होता. एकविसाव्या शतकाच्या तिसऱ्या दशकात न्यायमूर्ती रानडे यांनी भारतीय स्वातंत्र्य चळवळीमध्ये मांडलेला हा विचार उपयुक्त ठरतो. विसाव्या शतकाच्या शेवटच्या दशकापासून मात्र भारताने आधुनिक भारत या संकल्पनेपासून फारकत घेतलेली आहे. गेल्या तीन दशकांमध्ये नवभारताची संकल्पना स्वीकारली जात आहे. नवभारत संकल्पना आणि न्यायमूर्ती रानडे यांची आधुनिक भारत संकल्पना वेगवेगळी आहे.

महर्षी वि. रा. शिंदेप्रणीत निराश्रित भारत

विठ्ठल रामजी शिंदे यांनी आधुनिक भारताचा पुनर्शोध कसा घेतला? या भारताच्या पुनर्शोधाची संकल्पना कोणती आहे? याबद्दलची सविस्तरपणे मांडणी करण्याची गरज आहे.

निराश्रित भारताचा पुनर्शोध

भारत देश आणि देशाचे नागरिक यांचा शोध महर्षी विठ्ठल रामजी शिंदे यांनी घेतलेला आहे. विशेषतः भारताचा शोध तेराव्या शतकापासून घेतला जात होता (ऑम्वेट गेल, २०२२ : १७). तेरावे शतक ते अठरावे शतक हा भारताच्या शोधाचा पहिला टप्पा होता. एकोणिसाव्या शतकापासून भारताच्या शोधाचा दुसरा टप्पा सुरू झाला. एकोणिसाव्या आणि विसाव्या शतकात भारताचा पुनर्शोध घेतला गेला. या दुसऱ्या टप्प्यावर महर्षी शिंदे यांनी निराश्रित भारताचा शोध घेतला. त्यांनी निराश्रित भारताची एक संकल्पना मांडली. त्यांच्या या प्रयत्नांची महत्त्वाची उदाहरणे पुढीलप्रमाणे आहेत.

- विठ्ठल रामजी शिंदे यांनी जाणीवपूर्वक निराश्रित भारताची संकल्पना अधोरेखित केली. याची संस्था, पुस्तक, परिषद आणि ठराव अशी चार उदाहरणे पुरावा म्हणून सांगता येतात.

अ) त्यांनी भारतीय निराश्रित सहाय्यकारी मंडळी (The Depressed Classes

Mission Society, India) ही संस्था स्थापन केली (१९०६).

ब) 'भारतीय अस्पृश्यतेचा प्रश्न' हे पुस्तक शिंदे यांनी लिहिले.

क) १९१७ साली कलकत्ता येथे ॲनी बेझंट यांच्या अध्यक्षतेखाली भरलेल्या नॅशनल काँग्रेसच्या अधिवेशनात अस्पृश्यता निवारणाचा ठराव पास झाला, त्यामागे महर्षी शिंदे यांचे दहा-बारा वर्षांचे कार्य व अथक परिश्रम होते. हा ठराव राष्ट्रीय पातळीवरचा आणि भारतीय स्वरूपाचा होता.

ड) महर्षी शिंदे यांनी मुंबई येथे १९१८ साली भारतीय अस्पृश्यता निर्मूलन परिषद भरवली होती. या चार उदाहरणांवरून असे दिसते की निराश्रित भारत ही संकल्पना शीर्षकस्थानी विसाव्या शतकाच्या आरंभी शिंदे यांनी आणली होती. ही उदाहरणे संस्था, पुस्तक, ठराव किंवा परिषदेचे नाव म्हणून त्यांनी केवळ वापरली नाहीत. ही घटना संस्था, पुस्तक, ठराव आणि परिषदेचे नाव विशिष्ट उद्देशाने त्यांनी ठेवलेले होते. अर्थातच तो उद्देश माहीत असलेल्या भारतापेक्षा निराश्रित भारताचा शोध घेण्याचा होता. ही शिंदे यांची दूरदृष्टी होती. कारण शिंदे यांना निराश्रित भारत सुस्पष्टपणे दिसत होता.

१८१८ नंतरच्या भारताला सर्वसाधारण अर्थाने आधुनिक भारत म्हटले जात होते; किंवा ब्रिटिश भारत अशा संकल्पना वापरल्या जात होत्या. मात्र, शिंदे यांनी निराश्रित समाजाचा भारत अशा अर्थाने ही संकल्पना वापरली. भारताचा समाज म्हणजे निराश्रित समाज या गोष्टीवर त्यांनी लक्ष केंद्रित केले. विठ्ठल रामजी शिंदे (*भारतीय अस्पृश्यतेचा प्रश्न*, १९३३), डॉ. बाबासाहेब आंबेडकर (*The Untouchables*) आणि एम. एन. श्रीवास्तव (*Harijans in Indian Society*) यांनी या विषयावर संशोधन केले होते. या तीन अभ्यासांपैकी शिंदे यांचे संशोधन महत्त्वाचे आहे. त्यांचे संशोधन अखिल भारतीय स्वरूपाचे होते. अखिल भारतीय संकल्पना नावाबरोबर आशय, विषयपत्रिका, दूरदृष्टी, संघटन, व्याप्ती आणि तत्त्वनिष्ठा या स्वरूपात व्यक्त झाली होती.

● महर्षी शिंदे यांच्या लिखाणात भारताचे मूळ भूमिपुत्र हे अस्पृश्य लोक (people) आहेत, असा दृष्टिकोन सुस्पष्टपणे दिसून येतो. त्यामुळे भारतीय भूमीचे मूळ हक्कदार आणि नागरिक अस्पृश्य लोक आहेत, हा विचार शिंदे यांनी अधोरेखित केलेला आहे. त्या मूळ भारताचा शोध शिंदे भारतीय

अस्पृश्यतेचा प्रश्न, माझ्या आठवणी आणि अनुभव, प्रवासवर्णन, रोजनिशी अशा सर्व साहित्यामध्ये घेताना दिसतात. म्हणजेच निराश्रित भारताच्या शोधाचे हे त्यांचे काम मिशनरी पद्धतीचे होते.

● शिंदे यांनी या मूळ भारताचा शोध घेण्यासाठी त्यांचा इतिहासविषयक दृष्टिकोनही विकसित केला. त्यांनी भाषा, धर्म, संस्कृती, मूळ रहिवासी अशा विविध अंगाने समाजशास्त्रीय चौकटीत इतिहास लेखनाचा दृष्टिकोन विकसित केला. त्यांनी इतिहास आणि समाजशास्त्र या दोन्ही गोष्टींना एकत्रित केले. त्यांनी या दोन्ही दृष्टिकोनाच्या आधारे निराश्रित भारताचे एक ठळक चित्र रेखाटले. निराश्रित किंवा वंचित वर्गातील संस्कृती, भाषा, धर्म, मूळ रहिवासी, त्यांच्या चालीरीती, परंपरा यांना मध्यवर्ती ठेवून त्यांनी इतिहास लेखन विकसित केले. यामुळे निराश्रित भारताचे किंवा वंचित भारताचे एक चित्र सुस्पष्टपणे पुढे आले. ही पद्धत विसाव्या शतकाच्या उत्तरार्धात सबाल्टन स्टडीज (Subaltern Studies)म्हणून लोकप्रिय झाली.

● मूळ भारताचे नागरिक म्हणून त्यांनी पशुपालक आणि शेतकरी या दोन समूहांचे स्थान निश्चित केले. त्यांचे महत्त्व अधोरेखित केले. पशुपालक आणि शेतकरी या दोन वर्गांचा भारत अशी संकल्पना त्यांनी विकसित केली. पशुपालक ही धारणा भटके विमुक्त यांच्याशी ऐतिहासिकदृष्ट्या जोडली गेलेली होती. या अर्थाने विठ्ठल रामजी शिंदे यांनी भटक्या विमुक्तांच्या भारताचा शोध घेतलेला दिसतो.

● शिंदे यांनी महिला वर्ग आणि मूळ भारताची संकल्पना यांची सांधेजोड केलेली होती. भारत संकल्पनेत त्यांनी अस्पृश्य, पशुपालक (भटके विमुक्त), शेतकरी आणि महिला अशा वर्गांचा भारत देश अशी कल्पना मांडलेली होती. ही त्यांची भारताच्या शोधाची संकल्पना समतेवर आधारलेला भारत, स्वातंत्र्यावर आधारलेला भारत, न्यायावर आधारलेला भारत, मानवी मूल्यांचा पुरस्कार करणारा भारत अशी होती.

थोडक्यात, शिंदे यांनी समताआधारित भारताची संकल्पना शोधून काढली होती. त्यांनी समतेवर आधारलेला भारत हा एका अर्थाने इतिहासाचा एक टप्पा मानला होता. त्यानंतर त्यांनी या समतेवर आधारलेल्या भारताच्या अध:पतनाचा

इतिहास मांडलेला दिसतो. भारतातील भेदभावाचा आणि वर्चस्वाचा इतिहास रेखाटलेला दिसतो. म्हणजेच शिंदेंच्या मांडणीमध्ये समताआधारित भारताची एक कल्पना सुस्पष्टपणे मांडलेली दिसते, तर दुसरी भारताच्या अध:पतनाची कथा म्हणजेच वर्चस्वशाली भारताची संकल्पना मांडलेली दिसते. शिंदे यांच्या या संकल्पनात्मक मांडणीचा उद्देश वर्चस्वशाली भारताचा अंत घडवून समताआधारित भारताची निर्मिती करणे हा होता, हे सातत्याने दिसून येते.

निराश्रित-केंद्रित भारत निर्मितीचा प्रकल्प

महर्षी शिंदे यांनी निराश्रित समाजासाठीच्या भारत निर्मितीचा प्रकल्प सातत्याने राबवला होता. या प्रकल्पाची व्याप्ती भौगोलिक, धार्मिक, सामाजिक अशी व्यापक त्यांनी स्पष्ट केली होती. या संदर्भातील काही निवडक उदाहरणे पुढील प्रमाणे आहेत :

- त्यांचा निराश्रित भारताच्या निर्मितीचा प्रकल्प मराठी भाषक प्रांतापुरता मर्यादित नव्हता. त्यांचा हा प्रकल्प उत्तर- दक्षिण, पूर्व- पश्चिम अशा सर्वच दिशांनी विस्तारत जात होता. यामुळे आजच्या अर्थाने दक्षिण आणि उत्तर, पूर्व आणि पश्चिम भारताच्या एकीकरणाची दृष्टी शिंदेंच्या निराश्रित भारत प्रकल्पात दिसते. भारतीय निराश्रित सहाय्यकारी मंडळी या संस्थेच्या शाखा आजच्या अर्थाने मद्रास, कर्नाटक, महाराष्ट्र, गुजरात अशा अनेक राज्यांमध्ये होत्या.

- त्यांच्या निराश्रित या संकल्पनेचा आवाका दक्षिण आशियाई स्वरूपाचा होता. निराश्रित भारताच्या निर्मितीबरोबरच त्यांनी दक्षिण आशियाई देशातील निराश्रित लोकांच्या देशाचे एक प्रारूप घडवले होते. निराश्रित भारत ही एक संकल्पना वगळलेल्या भारताशी संबंधित होती. परंतु निराश्रित लोकांचा देश ही कल्पना दक्षिण आशियातील देशांमध्ये नवी दृष्टी विकसित करणारी होती. त्यांनी ब्रह्मदेशातील बहिष्कृत वर्गांचे हे विवेचन केले होते (मंगुडकर, १९६३ : ३०५-३२०). वेगळ्या शब्दांत सांगायचे तर, निराश्रित भारत संकल्पनेचा हा एक विस्तार आहे. निराश्रित भारत आणि दक्षिण आशियातील निराश्रित लोकांचे देश यांच्यामध्ये एक प्रकारचा बंधुभाव आणि न्यायाचा विचार कल्पिला गेलेला आहे. या अर्थाने शिंदेंचा विचार निराश्रित लोकांचे देश उभे करणे आणि निराश्रित देशांमध्ये सलोख्याचे

संबंध प्रस्थापित करणे हा दिसतो. निराश्रित लोकांच्या देशांचे ऐक्य आणि त्यांच्यामधील एकोपा या गोष्टींचा आधार शिंदे यांनी समता, स्वातंत्र्य, बंधुभाव आणि न्याय हा कल्पिलेला होता.

- महर्षी शिंदे यांनी भागवत धर्माचे विवेचन केले, याप्रमाणेच त्यांनी बौद्ध धर्माचेही विवेचन केले. बौद्ध धर्म हा निराश्रित समाजाचा धर्म होता हा सहसंबंधही त्यांनी स्पष्ट केला. जैन धर्माची व बौद्ध भागवत धर्माची नैतिक तत्त्वे वैदिक नव्हेत हे त्यांनी स्पष्ट केले (मंगुडकर, १९६३ : २४-२५). या पद्धतीने त्यांनी भागवत आणि बौद्ध नैतिक तत्त्वावर आधारलेल्या भारताचा शोध घेतला. महर्षी शिंदे यांनी पाली भाषेचा अभ्यास केला होता. त्यांनी १६ एप्रिल १९०१ रोजी बौद्ध धर्माचा जीर्णोद्धार या विषयावर जॉन स्मॉल हॉलमध्ये व्याख्यान दिले होते. त्यांनी बौद्ध धर्मातील सयुक्तिकता, व्यवहारवादी, निश्चितता, सहिष्णु, प्रागतिक, मध्यमा प्रतिपत्ती ही वैशिष्ट्ये स्वीकारली होती. या वैशिष्ट्यांवर आधारलेला भारत त्यांना अपेक्षित होता. विशेष म्हणजे १९३६-३७ साली बुद्धजयंती हा मुख्य उत्सवाचा दिवस म्हणून त्यांनी ब्राह्मो समाजाची स्थापना केली. महर्षी शिंदे हा सर्व धर्म मानत होते या अर्थने त्यांनी स्वतःला बुद्धिस्ट मानले होते. बुद्ध धर्म ग्रंथप्रामाण्यवाद, विभूतिपूजा व अवतारवाद तत्त्वतः अमान्य करी. ही तत्त्वे शिंदे यांनी स्वीकारली होती. ही तत्त्वे ब्राह्मो समाजाचीदेखील आहेत, असे महर्षी शिंदे यांचे आकलन होते (चव्हाण रा. ना.,२०१७:१३८-१३९). या अर्थने शिंदे यांच्या निराश्रित भारत संकल्पनेचे ग्रंथप्रामाण्यवादाला विरोध, विभूतिपूजेला विरोध व अवतारवादाला विरोध हे तत्त्वज्ञान होते. दुसऱ्या शब्दात बौद्ध धर्मातील समता त्यांना निराश्रित भारत संकल्पनेत अभिप्रेत होती. त्यासाठी त्यांनी बौद्ध धर्माचे समर्थन केले होते.

- महर्षी शिंदे यांनी मूळ रहिवाशांची संस्कृती, आर्यपूर्व संस्कृती, आर्य संस्कृती अशा तीन संस्कृतींच्या एकत्रित परिणामातून भारतीय संस्कृती साकारलेली आहे असा विचार मांडला. एकोणिसाव्या शतकात भारतातील मुख्य संस्कृती आर्य संस्कृती आहे असा सिद्धान्त जर्मनीने मांडलेला होता. तो भारतीय विचारवंत स्वीकारत होते. महर्षी शिंदे यांनी हा सिद्धान्त अमान्य केला. त्यांनी आर्य संस्कृतिपूर्व संस्कृतीचा अभ्यास केला. त्यांनी त्याही पूर्वीच्या मूळ

रहिवाशांच्या संस्कृतीचाही अभ्यास केला. या अभ्यासातून त्यांनी निराश्रित समाजाच्या निराश्रित भारताचा शोध घेतला.

- शिंदेंच्या निराश्रित भारत या संकल्पनेत राजकीय समाजशास्त्र म्हणून एक संरचना आहे. या संरचनेचा क्रम शिंदे यांनी महात्मा फुले यांच्याप्रमाणे लावला होता. निराश्रित समाज म्हणजे कोण, हा मुख्य मुद्दा आहे. शिंदे यांनी त्यांच्या संकल्पनेचा अस्पृश्य समाज हाच गाभा मानला होता. तसेच शिंदे यांनी भटके विमुक्त, शेतकरी, स्त्री वर्ग, मुस्लीम हा समाज त्या नंतरचा स्तर मानले होते. या अर्थाने शिंदेंचा भारत हा शोषित वर्गांचा होता.

भारत संकल्पना आणि आधुनिक मूल्ये

विठ्ठल रामजी शिंदे यांनी भारत संकल्पना आणि आधुनिक मूल्य यांची सांधेजोड केली होती. त्यांनी स्वातंत्र्य, समता, न्याय, बंधुभाव आणि शील या मूल्यांचा पुरस्कार केला होता. हेच आधुनिक मूल्य महात्मा फुले, न्यायमूर्ती रानडे, शाहू महाराज, लोकमान्य टिळक, डॉ. बाबासाहेब आंबेडकर यांनीही आग्रहाने मांडले होते. यामुळे महर्षी विठ्ठल रामजी शिंदे आणि वरील आधुनिक विचारवंत यांच्यामध्ये आधुनिक मूल्यांच्या संदर्भात जवळपास साम्य आहे (बापट राम, २०१०:५३). त्यामुळे यांची भारत संकल्पना जवळपास एकमेकांच्या विचारांशी मिळतीजुळतीदेखील आहे. शिंदेंच्या विचारातील या मूल्यांची वैशिष्ट्ये प्रक्रियेच्या व विचाराच्या संदर्भात पुढीलप्रमाणे आहेत :

- विठ्ठल रामजी शिंदे यांनी स्वातंत्र्याचा पुरस्कार केला होता. त्यांनी लोकमान्य टिळक यांच्या स्वातंत्र्याच्या चळवळीस पाठिंबा दिला होता. शिंदे यांनी केवळ स्वातंत्र्य चळवळीस पाठिंबा दिला असे नव्हे, तर स्वातंत्र्य संकल्पनेप्रमाणे व्यक्तीचे जीवन असावे असा प्रयत्न केला होता. त्यांनी ऑक्सफर्ड येथील युनिटेरियनच्या संमेलनात राष्ट्रवादी विचार मांडले होते. महाराष्ट्रामध्ये ब्राह्मणेतर तर व विशेषतः मराठ्यांबद्दल ते स्वातंत्र्यविरोधी आहेत असे चित्र निर्माण झाले होते. शिंदे यांनी या गोष्टीचा प्रतिवाद केला होता. मराठे स्वातंत्र्यप्रेमी आणि राष्ट्रीय स्वातंत्र्याच्या बाजूचे आहेत असे त्यांनी प्रथम अमरावतीच्या जाहीर सभेत स्पष्ट केले, तसेच राष्ट्रीयवृत्तीचा आग्रह धरला होता. शिंदे यांनी यासाठी मराठा राष्ट्रीय संघाची स्थापना केली

होती (१९१६-१७). पुणे येथे शनिवारवाड्यासमोर सर्व जातींची सभा भरून त्यांनी राष्ट्रीय स्वातंत्र्याला पाठिंबा जाहीर केला होता (१९१७). त्यांच्या जीवनचरित्रातील अशी अनेक उदाहरणे शिंदे यांची स्वातंत्र्याची बाजू घेणारी भूमिका स्पष्ट करतात. (पवार गो. मा, २०१०:३४७-३४८).

शिंदे यांनी राजकीय स्वातंत्र्याबरोबर सामाजिक स्वातंत्र्याचादेखील आग्रह धरलेला होता. सामाजिक स्वातंत्र्य म्हणून तसेच अस्पृश्यतेचा प्रश्न हा त्यांच्या जीवनातील सर्वांत महत्त्वाचा प्रश्न मांडला. जातिसंस्थेचे व्यक्तीच्या जीवनावरील नियंत्रण दूर करण्याचा प्रयत्न केला, तसेच धर्मसंस्थेने व्यक्तीच्या जीवनावर घातलेले बंधन दूर केले. त्यांनी खरा प्रेमाचा धर्म स्वातंत्र्याच्या चौकटीत मांडला. या दोन उदाहरणांवरून विठ्ठल रामजी शिंदे हे स्वातंत्र्य संकल्पनेचे पुरस्कर्ते होते हे सहज समजते.

● विठ्ठल रामजी शिंदे यांनी स्वातंत्र्याप्रमाणेच समतेचाही पुरस्कार केला होता. त्यांच्या बहुजन पक्षाच्या जाहीरनाम्यात समतेचा विचार व्यक्त झालेला आहे. अस्पृश्यता निर्मूलनासाठीचे प्रयत्न त्यांनी समतेच्या प्रेरणेतून केले. तसेच स्त्री-पुरुष समानतेचा पुरस्कार केला. शिंदे यांनी स्त्रियांच्या जीवनावरील अनेक बंधने दूर करण्याचा सातत्याने प्रयत्न केला. स्त्रीच्या शरीरावर स्त्रीचा अधिकार आहे हा विचार देवदासींच्या व मुरळींच्या संदर्भात शिंदे यांनी स्वीकारला होता. त्यांनी धर्मसंस्था, जातिसंस्था, कुटुंबसंस्था या सामाजिक संस्थांचा स्त्रियांच्या शरीरावरील अधिकार अमान्य केला होता.

या अर्थाने विठ्ठल रामजी शिंदे हे भारत या संकल्पनेला स्वातंत्र्याबरोबर समता या मूल्याची जोड देत होते. यासाठी त्यांनी सातत्याने प्रयत्न केले. सामाजिक समतेची भूमिका म्हणून त्यांनी लोकमान्य टिळकांना मानपत्र देण्यास १९१९मध्ये विरोध केला होता. तेव्हा शिंदे यांनी दिलेली कारणे समतेच्या व स्वयंनिर्णयाच्या तत्त्वाच्या संदर्भातील दिली होती (पवार गो. मा., २०१०:३४९).

● विठ्ठल रामजी यांनी सातत्याने न्यायाची बाजू घेतली, अस्पृश्यता निर्मूलन करण्यासाठी न्याय म्हणून पुढाकार घेतला होता. शिंदे यांना ब्राह्मणेतर समाजाने १९२५मध्ये मानपत्र दिले, तेव्हा त्यांनी भाषणामध्ये आपण अस्पृश्य निर्मूलनाचा कार्यक्रम न्यायासाठी राबवल्याचे स्पष्ट केले होते. अस्पृश्यता निर्मूलन हा त्यांचा ध्यास होता (पवार, २०१०:३४०-३५०). या

शब्दाचा दुसरा अर्थ न्याय प्रस्थापित करणे हा त्यांचा उद्देश होता.

शिंदे यांनी बहुजन समाजाला सातत्याने अग्रक्रम दिला होता. त्यांना अस्पृश्यांप्रमाणेच शेतकऱ्यांची परिस्थितीदेखील खूप हलाखीची वाटत होती. त्यांनी गरीब वर्गाचे एक प्रारूप मांडले होते. म्हणजेच शिंदे यांची न्यायाची संकल्पना उपेक्षित आणि शोषित वर्गाला न्याय मिळवून देण्याची होती. अशा या उपेक्षित व शोषित वर्गाचा एक भारत आहे. शोषित वर्गाला न्याय मिळवून देण्यातून भारत ही संकल्पना साकारू शकते अशी शिंदेंची मांडणी होते.

● विठ्ठल रामजी शिंदे यांच्या विचारात बंधुत्व हा विचार मध्यवर्ती होता. त्यांनी सवर्ण आणि अस्पृश्य यांच्यामध्ये बंधुभावाचे संबंध निर्माण करण्याचा प्रयत्न केला, ते बंधुभावाच्या नात्याने व्यवहार करत गेले होते. ते अनुसूचित जातीच्या वस्तीत जाऊन राहिले.

थोडक्यात समता आणि स्वातंत्र्य याबरोबरच त्यांनी बंधुभावाचादेखील पुरस्कार केला होता. त्यांची स्वातंत्र्य व समतेची संकल्पना बंधुभाव संकल्पनेशी जोडली गेलेली होती. ही संकल्पना महात्मा फुले, न्यायमूर्ती रानडे, डॉ. बाबासाहेब आंबेडकर यांच्याही विचारांमध्ये दिसते. यामुळे शिंदे भारत या संकल्पनेचा पाया स्वातंत्र्य, समता, न्याय आणि बंधुभाव या संकल्पनांवर आधारित रचतात. विठ्ठल रामजी शिंदे हे महात्मा फुले, न्यायमूर्ती रानडे, छत्रपती शाहू महाराज, डॉ. बाबासाहेब आंबेडकर यांच्या विचारांशी या संकल्पनांमुळे एकजीव झालेले दिसतात.

● शिंदे यांनी शील या गोष्टीला अनन्यसाधारण महत्त्व दिले. अगदी अलीकडेच अक्षयकुमार राठोड यांनी Ambedkar's Preamble (आंबेडकरांची उद्देशपत्रिका) या नावाचे पुस्तक लिहिले आहे. त्या पुस्तकात त्यांनी स्वातंत्र्य, समता, न्याय, बंधुभाव आणि राष्ट्र या पाच संकल्पनांची चर्चा केली आहे. ही विचारांची सूत्रे शिंदे यांच्या विचारांमध्येदेखील होती. शिंदे आणि आंबेडकर यांच्या राजकारणाचे प्रवाह वेगवेगळे होते. ही मूल्ये प्राप्त करण्याचे मार्ग वेगवेगळे होते, परंतु त्यांचे या मूल्यांच्या संदर्भात जवळपास एकमत होते. यामुळे शिंदे हे भारत संकल्पनेला स्वातंत्र्य, समता, न्याय, बंधुभाव आणि शील अशा पाच मूल्यांचा आधार प्राप्त करून देतात. दुसऱ्या शब्दात शिंदेंची भारत ही संकल्पना स्वातंत्र्य, समता, न्याय, बंधुता आणि

शील या मूल्यांवर आधारलेली आहे. विठ्ठल रामजी शिंदे यांनी स्वीकारलेली ही मूल्यव्यवस्था आधुनिक भारताच्या संदर्भातील आहे.

जागतिकीकरण उत्तरकाळात (Post-globalization) आधुनिक भारताच्या संकल्पनेचा ऱ्हास होत चाललेला आहे. जागतिकीकरण उत्तरकाळात विठ्ठल रामजी शिंदे यांना अपेक्षित असणारी भारत ही संकल्पना पेचात सापडली आहे. स्वातंत्र्याच्या अमृतमहोत्सव झाला असताना, आपणास विठ्ठल रामजी शिंदे यांची भारत संकल्पना आणि त्यांनी मांडलेली मूल्यव्यवस्था हवी की नको, हा निर्णय घेण्याची वेळ आली आहे. कारण भारत संकल्पना आणि जागतिकीकरण उत्तरकाळातील नवभारत (New India) संकल्पना या दोन संकल्पनांमध्ये जवळपास छत्तीसचा आकडा असावा असे नाते आहे.

थोडक्यात, जागतिकीकरण उत्तरकाळाने विठ्ठल रामजी शिंदे यांच्या भारत या संकल्पनेपुढे मूल्यात्मक आव्हाने उभी केली आहेत, तशीच आव्हाने पंडित नेहरू यांच्या भारत संकल्पनेपुढे उभी आहेत. यामुळे सातत्याने पंडित नेहरूंची भारत संकल्पना आणि नवभारत संकल्पना यांच्यामध्ये अलीकडील काळात संघर्ष होत राहिला आहे. या अर्थाने महात्मा फुले, न्यायमूर्ती रानडे, शाहू महाराज, लोकमान्य टिळक, विठ्ठल रामजी शिंदे, डॉ. बाबासाहेब आंबेडकर आणि पंडित जवाहरलाल नेहरू यांचे भारत संकल्पनेबद्दलचे विचार एकमेकांच्या मदतीला येऊ शकतात. यांच्या विचारांतील तपशील वेगवेगळा आहे, तसेच काही प्रमाणात अग्रक्रमही वेगवेगळा आहे; परंतु यांच्या विचारात मूलभूत स्वरूपाचे द्वैत नाही. यांच्या विचारांमध्ये समन्वयाचे मार्ग स्वातंत्र्य, समता, बंधुता, न्याय आणि शील असे मूल्यात्मक आहेत. या अर्थाने या सर्वच विचारवंतांची भारत संकल्पना आणि जागतिकीकरण उत्तरकाळातील नवभारत संकल्पना यांच्यामध्ये सरळ सरळ द्वैत दिसते. मात्र शिंदेप्रणीत भारत संकल्पना आणि स्वातंत्र्य चळवळीतील भारत संकल्पना यांच्यामध्ये द्वैत दिसत नाही.

समाजवादी भारताची संकल्पना

महर्षी शिंदे यांची भारताची संकल्पना निराश्रित भारत किंवा समाजवादी (समताधिष्ठित) भारत या स्वरूपाची होती. त्यांच्या या संकल्पनेची काही वैशिष्ट्ये सुस्पष्टपणे त्यांच्या लिखाणात दिसतात.

- महर्षी शिंदे यांची भारताची संकल्पना केवळ धार्मिक आणि आध्यात्मिक नव्हती. महर्षी शिंदे यांनी धार्मिक आणि आध्यात्मिक या गोष्टींबरोबर भौतिक गोष्टींचाही पुरस्कार केलेला होता.

महर्षी शिंदे यांनी जनांच्या भौतिक उन्नतीसाठी विविध प्रयोग केले होते. त्यांनी १९१४ मध्ये सातारा जिल्ह्यातील पडीक जमीन निराश्रित लोकांच्या उदरनिर्वाहासाठी सरकारकडे मागितली होती, वेगळ्या भाषेत जमिनीच्या पुर्नवाटपाचा मुद्दा मांडला होता (मंगुडकर, १९६३ : २५१-२५५). शिंदे यांना सामूहिकपणे दलितांसाठीच्या शेतीचे प्रयोग करावयाचे होते. त्यासाठी त्यांनी सातारा जिल्ह्यातील काही जागा मिळवण्याचा प्रयत्न केला होता.

पुणे येथे अस्पृश्यांची शेतकी परिषद १९२६मध्ये घेतली होती. या परिषदेत निराश्रित शेतकरी हा गुलाम आहे, अशी भूमिका मांडली होती. निराश्रित शेतकऱ्याला गुलामगिरीतून मुक्त करण्याचा विचार त्यांनी मांडला होता. तसेच निराश्रित वर्ग हाच जमिनीचा (दंड अरण्य) मूळ मालक आहे असाही विचार मांडला होता. यासाठी त्यांनी कोकण आणि मद्रासमधील उदाहरणे दिली होती.

महर्षी शिंदे या निराश्रित वर्गाला बळीराजा किंवा पृथ्वीपती समजत होते (मंगुडकर, १९६३ : २५१-२५५). त्यांना आर्थिक गुलामगिरीतून मुक्त करण्याचा विचार म्हणजेच निराश्रित भारताची संकल्पना होय.

महर्षी शिंदे यांनी शेतकऱ्यांच्या प्रश्नावर शेतकऱ्यांच्या सहा परिषदा घेतल्या : पुणे - १९२८, बोरगाव वाळवे- १९३१, तेरदळ-१९३२, वडनेर, चांदवड-१९३२. त्या परिषदांमध्ये त्यांनी भौतिक विषय सामूहिकपणे मांडले होते.

- भौतिक घटकांच्या आधारे महर्षी शिंदे यांनी सामूहिक वर्गीय भान निर्माण केले होते. संघटना स्थापन करणे आणि सामूहिक पातळीवर संघर्ष करणे हा विचार त्यांनी मांडला होता. याचे उत्तम उदाहरण म्हणजे त्यांनी घेतलेल्या शेतकरी परिषदा हे आहे. महर्षी शिंदे यांनी भांडवलदारांना विरोध केला होता. काँग्रेस ही भांडवलदारांच्या ताब्यात जाईल म्हणून त्यांनी बहुजन समाजाला काँग्रेसमध्ये जाण्याचा सल्लाही दिला होता (सरदार गं. बा., १९८६ :४२). काँग्रेसच्या छत्रछायेखाली सर्वांनी एकत्र आले पाहिजे. तसेच भांडवलदार व उच्च जाती यांचे हितसंबंध वर्चस्वशाली होणार नाहीत यासाठी काम केले पाहिजे, अशी शिंदेंची भूमिका निराश्रित भारताच्या बाजूची होती.

महर्षी शिंदे यांनी जमीनदारी पद्धत, जमीनदार, भांडवलदार यांना विरोध केला. ब्रिटिश भारताची नोकरशाही जमीनदारी पद्धतीला भांडवलदारी पद्धतीत रूपांतरित करते हे निरीक्षण त्यांनी नोंदवले होते. विशेषतः यामुळे आर्थिक विषमता व सामाजिक विषमता वाढते, असा युक्तिवाद त्यांनी केला होता. म्हणून महर्षी शिंदे यांनी ब्रिटिश भारताच्या संकल्पनेला, जमीनदार, सरदार आणि भांडवलदारांच्या भारत संकल्पनेला तीव्रपणे विरोध केला. वेगळ्या शब्दांत सांगायचे तर, महर्षी शिंदेप्रणीत निराश्रित भारत संकल्पना समतेवर आधारलेली, या अर्थाने समाजवादी भारत या प्रकारची होती.

समारोप

महर्षी शिंदे यांच्या भारत संकल्पनेबद्दल महत्त्वाचे निष्कर्ष पुढीलप्रमाणे आहेत :

- महर्षी शिंदे यांनी भारताची संकल्पना केवळ एका घटकावर आधारित मांडली नव्हती. ही संकल्पना निराश्रित वर्ग, जनांची लोकशाही, आध्यात्मिक व धार्मिक विचार आणि भौतिक उन्नती, समाजवाद अशा विविध घटकांवर आधारित होती.

- या अर्थाने महर्षी शिंदेंच्या विचारातील भारत हा शोषित वर्गाला शोषणातून मुक्त करणारा होता. तसेच दुःखी-कष्टी वर्गाला दुःख आणि कष्टातून मुक्ती मिळवून देणाराही होता.

- त्यांनी आधुनिक भारतातील मूलभूत द्वैते सोडवण्याचे काम केले. महर्षी शिंदे यांनी मूळ रहिवाशांची संस्कृती, आर्यपूर्व संस्कृती, आर्य संस्कृती या तीनही संस्कृतींच्यामधून भारतीय संस्कृती तयार झालेली आहे अशी एक समन्वयाची भूमिका मांडली. म्हणजेच थोडक्यात त्यांनी या वादापेक्षा भारतीय राजकीय संस्कृती संमिश्र स्वरूपाची आहे अशी भूमिका घेतली.

- महर्षी शिंदे यांनी महात्मा फुले, न्यायमूर्ती रानडे, लोकमान्य टिळक, डॉ. बाबासाहेब आंबेडकर आणि महात्मा गांधी भारतीय संकल्पनां या साऱ्यांच्या मधीलदेखील द्वैत मिटवण्याचे काम केले.

- भारत संकल्पनेमध्ये मराठी-कोकणी, मराठी-कानडी, ब्राह्मण-ब्राह्मणेतर, स्पृश्यास्पृश्य, मराठी मराठीतर अशी द्वैते होती. शिंदे यांनी अशा भाषिक व सामाजिक द्वैतांचे निरसन केले. अशी द्वैते आजही आहेत. परंतु या दोघांच्या

पलीकडे भारताची संकल्पना समाजवादी पद्धतीची व समतेवर आधारलेली जाणारी आहे हे महर्षी शिंदे यांनी अधोरेखित केले होते.

महर्षी शिंदे यांच्या या निराश्रित भारत, समाजवादी भारत किंवा समतेवर आधारलेला भारत साठोत्तरी काळात ऱ्हास या संल्पनेचा झाला. परंतु सामाजिक चळवळींच्या व्यासपीठावर महर्षी शिंदे यांच्या या संकल्पनेची चर्चा होत राहते. साटेलोटे भांडवलशाहीच्या (Casino Capitalism) काळातील भारत आणि महर्षी शिंदे यांच्या विचारातील समाजवादी भारत या संकल्पना पूर्णपणे परस्परविरोधी स्वरूपाच्या आहेत.

संदर्भ

- शिंदे विठ्ठल रामजी, (१९७९), *धर्म, जीवन व तत्त्वज्ञान* (संपा. मा. प. मंगुडकर), महाराष्ट्र शासन, समाजकल्याण, सांस्कृतिक कार्य, क्रीडा व पर्यटन विभाग मुंबई.
- शिंदे विठ्ठल रामजी, (१९७६), *भारतीय अस्पृश्यतेचा प्रश्न* (संपा.) मा. प. मंगुडकर, समाजकल्याण, सांस्कृतिक कार्य, क्रीडा व पर्यटन विभाग, मुंबई.
- शिंदे विठ्ठल रामजी, (१९५८) *माझ्या आठवणी व अनुभव, भाग एक, दोन व तीन,* (संपा.) कोलते वि. भि., श्री लेखन वाचन भांडार, पुणे.
- शिंदे विठ्ठल रामजी, (१९६३), मंगुडकर मा. प. (संपा.), शिंदे लेखसंग्रह, ठोकळ प्रकाशन पुणे 2.
- पवार गो. मा. , (२०१०), *महर्षी विठ्ठल रामजी शिंदे : जीवन व कार्य* (गो. मा. पवार), लोकवाङ्मयगृह, मुंबई.
- बापट राम, (२०१०), प्रस्तावना, *महर्षी विठ्ठल रामजी शिंदे जीवन व कार्य* (गो. मा. पवार), लोकवाङ्मयगृह, मुंबई.
- सुमंत यशवंत, (१९९५), महर्षी वि. रा. शिंदे यांच्या धर्मचिंतनाचा राजकीय आशय, विचारशलाका, (संपा. नागोराव कुंभार), *महर्षी विठ्ठल रामजी शिंदे विशेषांक,* वर्ष आठवे, अंक एकतिसावा, लातूर.
- सरदार गंगाधर बाळकृष्ण, (१९८६), *महाराष्ट्रातील सामाजिक प्रबोधनाची वाटचाल,* नवनिर्माण प्रकाशन पारगाव, दौंड, पुणे.
- चव्हाण रा. ना. , (२०१७), *महर्षी विठ्ठल रामजी शिंदे एक दर्शन (भाग एक),* लेखक रा. ना. चव्हाण, संपादक रमेश चव्हाण, रा. ना. चव्हाण प्रतिष्ठान, वाई, अक्षर श्रद्धांजली, पुष्प ३५.
- मोरे सदानंद, (२०१७), प्रस्तावना, *महर्षी विठ्ठल रामजी शिंदे : एक दर्शन (भाग एक),* लेखक रा. ना. चव्हाण, संपा. रमेश चव्हाण, रा. ना. चव्हाण प्रतिष्ठान, वाई, अक्षर श्रद्धांजली, पुष्प ३५.

- पवार गो. मा. (संपा.), (१९७९), *महर्षी विठ्ठल रामजी शिंदे यांची रोजनिशी*, औरंगाबाद मराठवाडा साहित्य परिषद.
- पवार गो. मा, (१९९०), *विठ्ठल रामजी शिंदे* (राष्ट्रीय चरित्रमाला) नॅशनल बुक ट्रस्ट इंडिया, नवी दिल्ली.
- बाबर कृष्णराव भाऊराव, (१९३०), समाविष्ट कर्मवीर विद्यार्थी, विद्यार्थी पुस्तक माला, सातारा.
- पाटील एन. डी., (१९९९), *महर्षी विठ्ठल रामजी शिंदे : एक उपेक्षित महात्मा*, प्रबोधन प्रकाशन ज्योती, कोल्हापूर.
- गेल ऑम्वेट, (२०२२), *बेगमपुराच्या शोधात*, प्रमोद मुजुमदार (अनुवाद) मधुश्री पब्लिकेशन पुणे.
- Gore M.S. (1989), *Vitthal Ramji Shinde: An Assessment of his Contribution*, Tata institute of Social Science, Bombay.
- Rathore Aakash Singh, *Ambedkar's Preamble: A Secret History of the Constitution of India*.

❖ ❖ ❖

छत्रपती शाहू महाराजांची आयडिया ऑफ इंडिया

छत्रपती शाहू महाराज यांचा कालखंड विसाव्या शतकाच्या पूर्वार्धातील होता. त्या काळामध्ये भारताची एक आधुनिक प्रतिमा उभी राहिलेली होती. विशेषतः 'आयडिया ऑफ इंडिया' दृष्टिक्षेपात आली होती. आधुनिक भारताची ब्ल्यू प्रिंट जवळपास सर्व नेत्यांच्या जवळ होती. विशेष म्हणजे छत्रपती शाहू महाराजांच्या कार्य आणि कर्तृत्वामध्ये आयडिया ऑफ इंडियाची ब्ल्यू प्रिंट सुस्पष्टपणे दिसत होती, जी या संकल्पनेचा वेध घेणारी होती. ही गोष्ट पुन्हा समजून घेतली पाहिजे. छत्रपती शाहूंच्या दृष्टीतील 'आयडिया ऑफ इंडिया'मध्ये सायंटिफिक इंडिया आणि आध्यात्मिक भारत यांची सांधेजोड केली गेली होती. हा मुद्दा गेल्या शतकात जवळपास दुर्लक्षित राहिलेला आहे.

सायंटिफिक इंडिया आणि आध्यात्मिक भारत संकल्पनांची सांधेजोड

छत्रपती शाहू महाराजांनी चोखंदळपणे राजकीय, सामाजिक, वैज्ञानिक, धार्मिक-आध्यात्मिक गोष्टींची निवड केलेली होती. शाहूंच्या काळात धार्मिक-आध्यात्मिक भारताबद्दल चर्चा होत होती. न्यायमूर्ती रानडे, गोपाळ कृष्ण गोखले, महात्मा गांधी यांनी आध्यात्मिक चर्चा सुरू केली होती. शाहू महाराजांनी सत्यशोधक समाज, आर्य समाज यांच्याशी सलोख्याचे संबंध ठेवले होते. ॲनी बेझंट यांनीदेखील कोल्हापूरला भेट दिली होती. गोपाळ कृष्ण गोखले आणि

शाहू यांचे एकत्रित कार्यक्रमही होत होते.

थोडक्यात शाहू महाराजांनी भारत हा आहे हे नीट समजून घेतले होते. तसेच त्यांनी धार्मिक सुधारणांचा विचार स्वीकारलेला होता. शाहू महाराजांनी हिंदी लोक अशी समाजाची अस्मिता मांडली होती. धर्म आणि राष्ट्र यांपैकी राष्ट्राला अव्वल स्थान दिले होते. असे असूनही शाहू महाराजांनी धार्मिक श्रद्धांचा आणि धार्मिक सुधारणांचा पुरस्कार केला होता. तसेच त्यांनी सामाजिक सुधारणा आणि राजकीय सुधारणा यांच्याशी सांधेजोड केलेला अध्यात्माचा विचारही स्वीकारलेला होता. लोकांच्या जीवनातील दुःख आणि वेदनांचे निरसन करून त्यांना आत्मसुख प्राप्त करून देणे हा त्यांच्या अध्यात्माचा अर्थ होता. त्यांनी व्यक्तींच्या जीवनावरील नियंत्रण काढून टाकले. व्यक्तीने स्वतःच्या विवेकाला अनुसरून निर्णय घ्यावा, अशी त्यांची आयडिया ऑफ इंडियातील व्यक्तीची संकल्पना होती. ही संकल्पना महात्मा गांधीजींच्या आतला आवाज या संकल्पनेशी मिळतीजुळती आहे. तसेच त्यांची ही संकल्पना न्यायमूर्ती रानडे आणि गोपाळ कृष्ण गोखले यांच्या अध्यात्माशीही मिळतीजुळती अशी आहे.

तत्कालीन राजकारण अभिजनांचे होते. शाहूंनी राजकारणाचे सार्वजनिकीकरण केले. राजकारणाचे सार्वजनिकीकरण व नैतिकीकरण म्हणजे आध्यात्मिकीकरण होय. यामुळे छत्रपती शाहू महाराज सायंटिफिक इंडिया ही संकल्पना स्वीकारत असतानाच आध्यात्मिक भारत ही संकल्पनादेखील स्वीकारत होते. सायंटिफिक इंडिया आणि आध्यात्मिक भारत या दोन संकल्पनांच्याबद्दल वरवर आंतरविसंगती दिसते. परंतु शाहू महाराजांनी सायंटिफिक इंडियाचा अतिरेक आणि आध्यात्मिक इंडियाचा अतिरेक या दोन्ही गोष्टी कमी केल्या.

छत्रपती शाहू महाराजांनी सायंटिफिक इंडिया आणि आध्यात्मिक भारत यांचा योग्य समन्वय साधण्याचा प्रयत्न केला होता. त्यांनी या दोन संकल्पनांमधील द्वैत संपुष्टात आणले होते. सायंटिफिक इंडिया आणि आध्यात्मिक भारत अशा छावण्या अनेकांना मान्य होत्या. परंतु शाहू महाराजांनी या दोन छावण्यांमधील राजकारण बाजूला ठेवले आणि या दोन छावण्यांच्या पलीकडे जाऊन पाहण्याची दूरदृष्टी दाखवली.

आधुनिक संकल्पनांचे व्यवस्थापन

छत्रपती शाहू महाराजांनी राज्यकारभाराची व्यवस्था शास्त्रशुद्धपणे समजून घेतली होती. त्यामुळे त्यांनी आधुनिक संकल्पनांचे शास्त्रशुद्ध व्यवस्थापन केले होते. लोक, राज्य, राष्ट्र, धर्म, इतिहास, सामाजिक सलोखा, नागरी समाज यांचे सुयोग्य व्यवस्थापन छत्रपती शाहू महाराजांच्या जीवनचरित्रात सुस्पष्टपणे दिसते. धार्मिक क्षेत्राच्याबद्दल त्यांनी सामाजिक सलोख्याचा विचार (Social Harmony) स्वीकारला होता. धार्मिक-सामाजिक सलोखा (Religious Social Harmony) हे शाहू महाराजांच्या आध्यात्मिक भारत संकल्पनेचे एक व्यवच्छेदक लक्षण आहे.

शाहू महाराजांनी आर्य समाजाच्या अधिवेशनात धार्मिक-सामाजिक सलोखा या गोष्टीचा सविस्तर विचार मांडला होता. त्यांनी तेव्हाच संपूर्ण भारतातील परंपरा धार्मिक-सामाजिक सलोख्याच्या आहेत, याबद्दलचेही विवेचन केले होते. त्या भाषणामध्ये त्यांचा इतिहासविषयक दृष्टिकोन व्यक्त झालेला आहे, धार्मिक-सामाजिक सलोखा या प्रकारचा आहे. शाहू महाराजांनी राष्ट्र ही संकल्पना पूर्णपणे लोककल्याणाशी जोडून घेतली होती. लोक आणि राष्ट्र यांचा कल्याणाच्या आधारे मेळ घातला होता (राखीव जागा, भटके विमुक्त, अल्पसंख्याक). त्यांनी राज्य आणि राष्ट्र या दोन संकल्पनांपैकी राज्य संकल्पनेला प्रथम क्रमांक दिलेला होता.

एकविसाव्या शतकाच्या आरंभीपासून अशा प्रकारचा क्रम लावण्यास सुरुवात झाली आहे. असा विचार जवळपास एक शतकापूर्वी महाराजांनी सुरू केला होता. त्यांचा आधुनिक भारतीय राज्यसंस्थेची स्थापना हा आयडिया ऑफ इंडिया संकल्पनेशी सुसंगत असणारा विचार होता. त्यामुळेच त्यांनी भारतीय स्वातंत्र्यसंग्रामाला आणि भारतीय क्रांतिकारकांना कधी उघड तर कधी गुप्तपणे पाठिंबा दिला होता.

थोडक्यात राज्य, राष्ट्र, धर्म, इतिहास, नागरी समाज (Civil Society) आणि लोक (People)यांचा एकत्रित सुमेळ शाहू महाराजांनी घातला होता. त्यांनी राज्यसंस्थेला अव्वल स्थान दिले होते. त्यानंतर त्यांनी राष्ट्र-राष्ट्रवाद या संकल्पनांचे मानवी जीवनातील स्थान ओळखले होते. धर्म आणि राष्ट्र या

संकल्पनांमध्ये राष्ट्राची गरज प्रथम स्थानाची असली तरी मानवी जीवनातील धर्माचे आणि अध्यात्माचे मूल्यही त्यांनी ओळखले होते. त्यामुळे शाहू महाराजांनी धर्म आणि अध्यात्म या दोन्ही क्षेत्रांना नागरी जीवनाचा एक अनन्यसाधारण भाग मानले, तर लोककल्याणासाठीच्या सार्वजनिक धोरणाचा एक भाग म्हणून राज्यसंस्था या घटकाला त्यांनी अव्वल स्थान दिले. तसेच त्यांनी नागरी समाज आणि राज्यसंस्था यांच्या मध्यभागी राष्ट्र-राष्ट्रवाद या संकल्पनांना ठेवले होते, असे त्यांच्या भाषणांच्या आधारे दिसते. अशा प्रकारे संकल्पनांचे व्यवस्थापन मानवी जीवनात करण्याची परंपरा शाहू महाराजांनी निर्माण केली; त्यांनी या संकल्पना आधुनिक अर्थाने घेतल्या.

संवादाची वैचारिक परंपरा

शाहू महाराजांनी संवादाची परंपरा घडवलेली होती. त्यांनी मानवी जीवनातील प्रत्येक गोष्ट वर्चस्वापासून मुक्त करण्यासाठी प्रयत्न केला. त्यांनी वर्चस्वापासून मानवमुक्ती हा विचार आयडिया ऑफ इंडियाशी जोडून घेतला होता. तसेच संवाद हा लोकशाही मार्ग त्यांनी निवडला होता. दुसऱ्या शब्दात शाहू महाराजांची राज्यसंस्था ही प्राचीन ग्रीक आणि रोमन या शहरांप्रमाणे विवेकी संकल्पनांचा प्रयोग करणारी राज्यसंस्था होती. त्यांनी आधुनिक संकल्पनांचे प्रयोग त्यांच्या करवीर राज्यसंस्थेमध्ये केले. यामुळे करवीर राज्यसंस्था आणि प्राचीन ग्रीक-रोमन शहरे यांच्यामध्ये विवेकावर आधारित प्रयोग करण्याची एक समान प्रक्रिया दिसते.

आधुनिक काळातील शास्त्रीय फेरबदल शाहू महाराजांनी करवीर राज्यसंस्थेमध्ये राबवले होते. प्राचीन ग्रीक आणि रोमन ज्ञान-विज्ञान, मध्ययुगीन भारतातील (अकबर व छत्रपती शिवाजी महाराज) ज्ञान-विज्ञान आणि आधुनिक काळातील युरोपच्या इतिहासातील ज्ञान-विज्ञान या गोष्टींचा एकत्रित समेळ आपल्या करवीर राज्यसंस्थेमध्ये घातला. महात्मा फुले, न्यायमूर्ती रानडे, लोकमान्य टिळक, डॉ. बाबासाहेब आंबेडकर यांच्या विचारातील द्वैत त्यांनी समजून घेतले. तसेच त्या द्वैतांचा अंत घडवून आणला.

आजच्या काळात महात्मा फुले, न्यायमूर्ती रानडे, लोकमान्य टिळक, डॉ. बाबासाहेब आंबेडकर असे द्वैत ओलांडून पुढे जाण्याचा एक महामार्ग छत्रपती

शाहू महाराजांनी निर्माण केला होता हे समजून घेतले पाहिजे. कारण अशा द्वैतांच्यापुढे जाण्याचा विचार आयडिया ऑफ इंडिया या संकल्पनेत समाविष्ट आहे. ही गोष्ट छत्रपती शाहू महाराजांनी अधोरेखित केलेली होती. म्हणूनच सायंटिफिक इंडिया आणि आध्यत्मिक भारत असे द्वैत खुद्द त्यांनीच मिटवले होते. त्यांचा हा विचार पन्नाशीच्या दशकात पंडित जवाहरलाल नेहरू आणि डॉ. बाबासाहेब आंबेडकर यांच्या विचारांमध्ये सुस्पष्टपणे दिसतो. यामुळे छत्रपती शाहू महाराज 'आयडिया ऑफ इंडिया'चे पूर्वसूरी होते असे दिसते. तसेच आर्य समाजाच्या रूपाने उत्तर भारत आणि दक्षिण भारत यांची सांधेजोड करणारेदेखील शाहू महाराजच होते. दुसऱ्या शब्दांत सांगायचे तर, त्यांनी इंग्रजी व हिंदी भाषांतील द्वैत उभे केले नाही, तर सांधेजोड केली.

शाहू महाराजांनी उत्तरेशी संवाद ठेवला होता. त्यांनी भौगोलिक सामाजिक सलोखा (Geographic Social Harmony) आणि भाषिक सामाजिक सलोखा (Linguistic Social Harmony) अशा दोन गोष्टींची जोड भारत संकल्पनेला दिली होती. या अर्थाने छत्रपती शाहू महाराज हे 'आयडिया ऑफ इंडिया' समजून घेणारे एक महत्त्वाचे वैचारिक व्यक्तिमत्त्व होते.

प्रकरण ६

राष्ट्राचा आधार : बंधुत्व

डॉ. बाबासाहेब आंबेडकरांनी बहिष्कृतांच्या शोषणमुक्तीसाठी अविरत जीवनसंघर्ष केला. त्या जीवनसंघर्षाला विविध कंगोरे होते. त्यापैकी एक कंगोरा समता व बंधुत्वावर राष्ट्रवादाचा होता. कारण सुरुवातीपासून त्यांची काँग्रेस, मुस्लीम लिग, हिंदू महासभा, राष्ट्रीय स्वयंसेवक संघ इत्यादी राष्ट्रवादी चळवळीशी वैचारिक मतभिन्नता होत गेली. कोण राष्ट्रीय? राष्ट्रीय समूह (वर्ग) कोणता? राष्ट्राचे मूलभूत आधार कोणते? भूतकाळात भारत राष्ट्र होते का? भूतकाळात भारतीय लोक राष्ट्र म्हणून जीवन जगत होते का? राष्ट्रनिर्मितीच्या प्रक्रियेचे स्वरूप कोणते असते? अशा अनेक प्रश्नांचे वादळ डॉ. आंबेडकरांच्या अवतीभोवती होते. त्या काळात राष्ट्रीयत्व आणि राष्ट्रवाद हा एक विशेष गुण जागतिक समूहात मानला जात होता. त्यामुळे जगात राष्ट्रवादाची कसोटी सिद्ध करण्याची चढाओढ होती (कसबे रावसाहेब, १९९४ : ५१). या कारणामुळे राष्ट्र हे चर्चाविश्व अतिशय महत्त्वाचे मानले जात होते. उलटसुलट चर्चा होत होत्या. तसेच राष्ट्रवादाचे आरोप-प्रत्यारोप होत होते.

या चर्चाविश्वात राष्ट्रक, राष्ट्र, राष्ट्रनिर्मिती, राष्ट्रवाद, राष्ट्रीयत्व, राष्ट्र-राज्य बांधणी यांचे वस्तुनिष्ठ स्वरूप कोणते? आणि संकुचित स्वरूप कोणते? या चर्चा सार्वजनिक जीवनाचा अविभाज्य भाग झाल्या होत्या. त्या काळात या चर्चांपासून कोणतेही नेतृत्व अलिप्त राहू शकत नव्हते. त्या वैचारिक चर्चाविश्वास डॉ.

आंबेडकरांनी कसा प्रतिसाद दिला, त्यांची राष्ट्रवादाची दृष्टी कोणती होती? हे त्यांनी स्पष्ट केले आहे.

राष्ट्रक, राष्ट्र, राष्ट्रवाद

राष्ट्रक, राष्ट्र व राष्ट्रवाद म्हणजे काय? या संकल्पनांची डॉ. आंबेडकरांनी प्रक्रियात्मक आणि सैद्धांतिक चर्चा केली. त्यांच्या मते, राष्ट्रक आणि राष्ट्रवाद या दोन्ही संकल्पनांची निर्मिती वेगवेगळी आहे. राष्ट्रकाची निर्मिती वांशिक अनुबंधांच्या जाणिवेतून होते. या घटकाला वांशिक अनुबंधाच्या जाणिवेने घडवलेले असते. राष्ट्रकाच्या भावनेनंतर राष्ट्रवादाची निर्मिती होते. राष्ट्रकाशिवाय राष्ट्रवादाची भावना निर्माण होत नाही. राष्ट्रकांच्या आधाराने राष्ट्राच्या अस्तित्वाची इच्छा व्यक्त केली जाते. ही प्रक्रिया घडते, परंतु स्वतंत्र राष्ट्रकाची भावनानिर्मितीची प्रक्रिया घडली तरीही राष्ट्रनिर्मितीची प्रक्रिया घडते, असे होत नाही. याचा अर्थ सरसकट राष्ट्रकाच्या भावनेतून राष्ट्र निर्माण होत नाही. राष्ट्रवादाची प्रक्रिया एकात्मतेच्या जाणिवेशी संबंधित असते. राष्ट्रवादाच्या निर्मितीसाठी दोन प्रक्रिया घडाव्या लागतात.

- राष्ट्रकात राहणाऱ्या लोकांच्या मनामध्ये आपण एक राष्ट्र म्हणून एकत्र राहू या भावनेची निर्मिती होते. राष्ट्र हा एकत्वाच्या भावनेचा गतिशील आविष्कार आहे.

- राष्ट्र निर्मितीसाठी एका सलग भूप्रदेशाची गरज असते. सलग भूप्रदेशात राष्ट्र आपल्या सांस्कृतिक पृथगात्मतेचा आविष्कार करते. या सहसंबंधामुळे भूप्रदेशाशिवाय राष्ट्रनिर्मितीची प्रक्रिया घडत नाही.

राष्ट्रनिर्मितीच्या अवस्थेत दोन प्रक्रिया घडतात. एक, अनेक राष्ट्रके एकाच राष्ट्रामध्ये राहतात. दोन, राष्ट्रकामध्ये स्वतंत्र आणि सार्वभौम राष्ट्र बनण्याची तीव्र जाणीव निर्माण होते. या दोन्ही प्रक्रिया राष्ट्रनिर्मितीच्या अवस्थेत घडतात. राष्ट्राच्या निर्मितीची प्रक्रिया कशी घडते? या गंभीर गोष्टींची चर्चा त्यांनी फ्रिडमन यांची पुष्टी देऊन स्पष्ट केली होती.

राष्ट्रनिर्मितीच्या प्रक्रियेमध्ये काही राज्ये संघटित होतात आणि काही राज्ये विघटित होतात, अशा दोन प्रक्रिया घडतात. या दोन्ही प्रक्रियेचे विवेचन त्यांनी पुढीलप्रमाणे केले आहे :

- ऐतिहासिक काळात राज्यांनी राष्ट्रीय भावना दडपून टाकण्याचा प्रयत्न केला;

परंतु राज्याची राष्ट्रभावना दडपण्याचे प्रयत्न यशस्वी झाले नाही. आधुनिक काळात जवळपास सर्व राज्यांपुढे राष्ट्रीय भावनेचे आव्हान होते. असंतुष्ट राष्ट्रीय गटांच्या विरोधात राज्यांना संघर्ष करावा लागला.

काही देशांमध्ये विविध राष्ट्रीय गट उदयास आले. त्यांना एका शक्तिशाली अधिसत्तेच्या वर्चस्वाखाली राहावे लागले. या प्रक्रियेतून त्या विविध राष्ट्रीय गटांमध्ये सहकार्य, समन्वय आणि अंतिमतः राष्ट्रीय सामंजस्य निर्माण झाले. यासाठी त्यांनी ब्रिटिश व फ्रान्सची उदाहरणे दिली आहेत.

● राष्ट्रीय गट राज्याच्या विरोधात गेले. राष्ट्रीय गट स्वस्थ बसले नाहीत. त्यांनी राज्यसत्तेचे जोखड झुगारून दिले. त्यांनी स्वतःची राज्ये निर्माण केली. या घटना जर्मनी, पोलंड, इटली, मध्य युरोप, बाल्कन देश येथे घडल्या. ही त्यांनी राष्ट्रनिर्मितीची प्रक्रिया स्पष्ट केली होती.

समाजात जे सामाईक संबंध आहेत, त्याच्या आधारे लोक राहतात, असा युक्तिवाद डॉ. आंबेडकरांनी केला. सामान्य स्वारस्ये (interests), ध्येये, श्रद्धा, इतिहास, आकांक्षा, भाषा आणि ज्ञानाचा पाठपुरावा अशा एका समान कृतीमध्ये भाग घेऊन समान परंपरा विकसित केल्या जातात. समुदायामध्ये एक समान हित असले पाहिजे, ज्यामुळे बंधुत्व आणि एक विशिष्ट प्रकारची जाणीव विकसित होते. तथापि, जातिव्यवस्था अशा समान कृतींना विरोध करते. जातिव्यवस्था समान सामाजिक एकरूपता निर्माण करण्यात अपयशी ठरते. जिव्हाळ्याची भावना असण्यासाठी सामूहिक सहभाग हा एकमेव मार्ग असतो. बहिष्कृताचे पृथक्करण हे राष्ट्रविरोधी या अर्थाने वाईट आहे. पृथक्करणाची ही प्रक्रिया सामाजिकीकरण रोखते; सामाजिकीकरणाची प्रक्रिया बंद पाडते.

डॉ. आंबेडकरांच्या मते, एक आदर्श समाज म्हणून राष्ट्र कृतिशील असले पाहिजे. सामायिक हितसंबंधांच्या संवादाला गती दिली पाहिजे. या प्रक्रियेतून राष्ट्रीयत्वाची सामाजिक भावना विकसित करता येईल. तसेच राष्ट्रभावना सक्षम होईल. अशी भावना लोकांना संवेदनशील करते आणि एकत्र राहण्याची तळमळ निर्माण करते.

राष्ट्रीयत्व

डॉ. आंबेडकरांनी राष्ट्रीयत्व आणि राष्ट्रवाद या दोन्ही संकल्पनांमध्ये फरक केला

होता. त्या मानवी मनाच्या दोन भिन्न मानसिक अवस्था आहेत. राष्ट्रीयत्वाचा अर्थ एक जाणिवेचा प्रकार आणि बंधुभावाच्या अस्तित्वाची जाणीव होय. राष्ट्रीयत्व ही एक सामाजिक भावना आहे. ही एकात्मतेची भावना आहे. राष्ट्रीय भावना दुहेरी जाणीव असते. हे एकाच वेळी स्वत:च्या लोकांसाठी सहवासाची (जिव्हाळा) भावना असते तर इतरांसाठी विरोधाची भावना असते. या भावनेचे डॉ. आंबेडकर विशिष्ट प्रकारची जाणीव असे वर्णन करतात (आंबेडकर, १९८७, खंड-३ : ३०९). थोडक्यात, आपण आणि इतरेजन असा फरक राष्ट्रीयत्वाच्या भावनेत केला जातो. एकीकडे आपण या धारणेत एकत्र बांधले जातो. ही भावना आर्थिक संघर्ष व सामाजिक स्तरीकरणातून उदयास येणारे सर्व मतभेद ओलांडते, इतकी ही भावना दृढ असते, तर दुसरीकडे इतरांना वेगळे करते. याला राष्ट्रीयत्व आणि राष्ट्रीय भावना असे म्हटले जाते. हे राष्ट्रीयत्वाचे सार आहे (आंबेडकर, १९९० : ३१).

राष्ट्रवादासाठी राष्ट्रीयत्व अस्तित्वात असावे लागते. आधी राष्ट्रीयत्व असते, नंतर राष्ट्रवाद अस्तित्वात येतो. राष्ट्रवाद म्हणजे बंधुत्वाच्या बंधनात बांधण्यासाठी स्वतंत्र राष्ट्रीय अस्तित्वाची आकांक्षा (इच्छाशक्ती) होय, अशी त्यांची धारणा होती. केवळ मातृभूमीची आंधळी उपासना करणे यास राष्ट्रवाद म्हणता येणार नाही, असा त्यांचा युक्तिवाद होता.

डॉ. आंबेडकरांनी राष्ट्रीय एकात्मता ही एक प्रक्रिया मानली होती. म्हणजे राष्ट्रवाद ही एक मानसशास्त्रीय जाणिवेची भावना तर राष्ट्रीय एकात्मता ही एक राजकीय प्रक्रिया असा फरक त्यांनी या दोन संकल्पनांमध्ये केला होता. बहु-सांस्कृतिक व बहु-धार्मिक देशात राष्ट्रीय एकात्मतेची प्रक्रिया जटिल आहे, या गोष्टीचे भान त्यांना होते. बंधुता हा राष्ट्रीय एकात्मतेच्या प्रक्रियेतील मध्यवर्ती घटक (आत्मा) आहे.

देशातील नागरिकांच्या संबंधामध्ये राष्ट्रीय एकात्मता वाढवण्यासाठी बंधुता व प्रतिष्ठा या दोन संकल्पना त्यांनी संविधानात समाविष्ट केल्या. त्यांच्या लेखनात व भाषणात या दोन संकल्पनांची राष्ट्र संकल्पनेच्या संदर्भात सतत पुनरावृत्ती झाली आहे. ६ फेब्रुवारी १९४८च्या उद्देशपत्रिकेत राष्ट्र ही संकल्पना सामील केली नव्हती. ९ फेब्रुवारी १९४८ रोजी उद्देशपत्रिकेत राष्ट्र संकल्पना सामील केली गेली (राव, बी. शिवा, १९६७, खंड-३ : ४८४,४८९,४९१).

एकमय लोक- राष्ट्र

डॉ. आंबेडकरांच्या राष्ट्रवादाचा आशय, विषय आणि व्याप्तीचे मुख्य स्रोत आधुनिकतेत होते (जॉन ड्युई). तसेच गौतम बुद्ध, कबीर व महात्मा फुलेंच्या विचार परंपरेतही त्यांच्या राष्ट्र संकल्पनेचे मुख्य स्रोत होते. विशेष म्हणजे जॉन ड्युई यांचा व्यवहारवादी व भविष्यलक्ष्यी विचार आणि महात्मा फुलेंचा एकमय लोक हा विचार डॉ. आंबेडकरांच्या राष्ट्र संकल्पनेचा आधार होता. त्यांनी महात्मा फुलेंच्या एकमय लोक या राष्ट्रविचारांची परंपरा विकसित केली. व्यवहारवाद, भविष्यलक्ष्यी विचार आणि एकमय लोक या चौकटीला डॉ. आंबेडकरांनी व्यापक केले. त्यांनी भारतीय परिस्थितीनुसार व काळानुसार या चौकटीला नवीन वळण दिले. त्यांनी समता व बंधुत्व या राष्ट्र संकल्पनेचा वैचारिक, प्रक्रियात्मक, सामाजिक आणि तत्त्वज्ञानात्मक पाया विकसित केला.

महात्मा फुले यांनी एकमय लोक हे राष्ट्रवादाचे चर्चाविश्व सुरू केले. त्यांच्या काळात राष्ट्रवादी चळवळीमध्ये धामधूम होती (१८२७-१८९०). तेव्हा त्यांनी राष्ट्र म्हणजे एकमय लोक अशी राष्ट्राची व्याख्या केली. त्यांच्या काळात समाजावर उच्चजाती व वर्गाचे वर्चस्व होते. समाजातील स्त्रीशूद्रातिशूद्र यांच्यावर अन्याय होत होता. गुलामगिरी आणि दडपशाही होती. हा अन्याय दूर झाल्याशिवाय भारतात खऱ्या अर्थाने राष्ट्र निर्माण होणार नाही, असा महात्मा फुलेंचा विचार होता.

भारतीय राष्ट्र हे प्राचीन काळापासून अस्तित्वात आहे, हे काँग्रेसचे आकलन महात्मा फुलेंनी अमान्य केले. मथितार्थ, त्यांनी काँग्रेसच्या राष्ट्र या चर्चाविश्वाला अनैतिहासिक या प्रकारचे ठरविले होते. हजारो जाती एकमय जीवन जगतील तेव्हा त्या लोक किंवा राष्ट्र होतील. हे त्यांच्या राष्ट्र संकल्पनेचे मूर्त रूप होते. विशेषतः महात्मा फुलेंनी सत्यशोधक चळवळीत या विचारांचा आग्रह धरला. हा समता व शोषणमुक्तीच्या राष्ट्रवादाचा पहिला टप्पा होता. यांनी एकमय लोक झाल्याशिवाय राष्ट्र होऊ शकत नाही अशी वैचारिक भूमिका घेतली. 'एकमय लोक' ही धारणा नव्याने घडवावयाची आहे. ती म्हणजेच राष्ट्रनिर्मितीची प्रक्रिया होय, अशी महात्मा फुलेंची धारणा होती.

काँग्रेसचा राष्ट्रवाद उच्च जातीय व उच्च वर्गीय आहे, म्हणून समता व सर्वसमावेशकतेचा दावा करणारा राष्ट्रवाद महात्मा फुले यांनी मांडला, राष्ट्र घडवण्याचा नवीन इतिहास मांडला. तो राष्ट्रवादाचा इतिहास आहे, अशी धारणा डॉ. आंबेडकरांची होती. विसाव्या शतकाच्या दुसऱ्या दशकापासून डॉ. आंबेडकरांनी महात्मा फुलेंच्या एकमय राष्ट्र व राष्ट्रवाद या विचारांचा विस्तार केला (१९१९-१९५६). हा महात्मा फुले यांच्यानंतरचा राष्ट्रवादाचा दुसरा टप्पा मानता येईल.

हा राष्ट्रवाद स्वातंत्र्य चळवळीतील राष्ट्रवादास केवळ प्रतिक्रिया नव्हती तर समता व सर्वसमावेशक राष्ट्रवादाचा आधुनिक काळातील एक सामाजिक व राजकीय नावीन्यपूर्ण विचार होता. हा खरे तर आधुनिक भारताचाच आत्मशोध होता. हे लक्षात घेऊन दुर्गा दास यांनी डॉ. आंबेडकरांचे वर्णन 'गाभ्याचे राष्ट्रवादी' असे केले होते (दुर्गा दास, १९७० : २३६). याचा दुसरा अर्थ डॉ. आंबेडकरांच्या समकालीन इतरांचा राष्ट्रविषयक दावा गाभ्याचे राष्ट्र या वर्गवारीच्या बाहेरील होता. डॉ. आंबेडकरांची राष्ट्र संकल्पना म्हणजे महात्मा फुले यांच्या जात्यंतक व एकमय राष्ट्र संकल्पनेचा नैसर्गिक विस्तार होता. आधुनिकपूर्व काळात राष्ट्र अस्तित्वात नव्हते, अशी महात्मा फुलेंची धारणा होती. जातींमध्ये विभागलेले लोक एक राष्ट्र होऊ शकत नाहीत, असा महात्मा फुलेंचा युक्तिवाद होता. अशीच वैचारिक धारणा डॉ. आंबेडकरांची होती.

डॉ. आंबेडकरांनी महात्मा फुलेंप्रमाणे राष्ट्र निर्माण करावयाचे आहे अशी भूमिका घेतली होती. अस्पृश्यतेचे निर्मूलन, जातविहीन समाज, वर्गविहीन समाज, आर्थिक व सामाजिक समता, सामाजिक सलोखा, बंधुत्व अशी डॉ. आंबेडकरांच्या राष्ट्रवादाची मूलभूत तत्त्वे होती. डॉ. आंबेडकरांच्या लोक किंवा जनता या संकल्पनेत बहिष्कृत वर्ग मध्यवर्ती होता. त्यांची राष्ट्रवादाची धारणा बहिष्कृत वर्गाच्या कल्याणाला संरक्षण या विचारापासून सुरू होते. बहिष्कृत समाजाला समता आणि नागरी हक्क मिळाले तरच राष्ट्र उभे राहू शकते, अशी त्यांची भूमिका होती. बहिष्कृत वर्गाच्या उत्थानाशिवाय राष्ट्राला सर्वांगीण विकास करता येत नाही. बहिष्कृत समाजाच्या उत्थानाशी संबंधित राष्ट्राचा सर्वांगीण विकास त्यांनी मांडला. त्यांनी राष्ट्रवादाला समतावादी इतिहासाचा आधार दिला होता. गौतम बुद्ध, कबीर आणि भक्तिपरंपरेचा

इतिहास त्यांनी समतावादी म्हणून मांडला. हा विचार जनतेला समजून देण्यासाठी त्यांनी महासागराचे रूपक वापरले होते.

महासागराचे रूपक : बौद्ध परंपरेतील राष्ट्र धारणा

डॉ. आंबेडकरांनी राष्ट्र संकल्पना स्पष्ट करण्यासाठी महासागराचे रूपक निवडले होते. त्यांनी बौद्ध संघ आणि महासागर यांची तुलना केली. बौद्ध संघ महासागरासारखा होता, असा डॉ. आंबेडकरांचा युक्तिवाद होता. बौद्ध संघ आणि महासागर यांचे समता व एकोपा हे गुणवैशिष्ट्य रूपकाच्या आधारे त्यांनी स्पष्ट केले (आंबेडकर, खंड १८, भाग ३ : ५५९).

ते रूपक मुळातून समजून घेतले पाहिजे. गौतम बुद्ध भिक्खूंना बौद्ध संघ व महासागराचे रूपक विस्ताराने सांगतात. बौद्ध संघप्रणीत बौद्ध धर्मात ७५% भिक्खू ब्राह्मण होते, तर २५ टक्के भिक्खू शूद्र व इतर होते. गौतम बुद्धांचा संवाद (युक्तिवाद) असा होता की, हे भिक्खू वेगवेगळ्या देशांतून आणि जातींतून आले आहेत. नद्या त्यांच्या प्रांतात वाहतात तेव्हा वेगवेगळ्या वाहतात, पण जेव्हा त्या समुद्राला मिळतात, तेव्हा त्यांची ओळख हरवतात. त्या एक आणि समान असतात. बौद्ध संघ हा महासागरासारखा आहे. या सागरात सर्व समान आहेत. तेथे समता हे तत्त्व आहे. हे बौद्ध संघाचे विवेचन करणारे रूपक डॉ. आंबेडकर यांनी नागरिक आणि राष्ट्रे यांच्या संदर्भात लागू केले. या रूपकामधून भारत या राष्ट्राची त्यांची धारणा स्पष्ट होते (ख्रिस्तोफर जाफरलोट, *इंडियन एक्सप्रेस*, दि. १४ एप्रिल २०१६).

त्यांच्या या रूपकामधून व्यक्त झालेला आशय पुढीलप्रमाणे आहे :

- भारत हे राष्ट्र बौद्ध संघ आणि महासागरासारखा समतेचा व्यवहार करणारे राष्ट्र असावे. हा त्यांच्या राष्ट्रवादाचा आदर्श (युटोपिया) होता.

- भारत या राष्ट्राची उभारणी वेगवेगळ्या अस्मिता किंवा ओळखीच्या ऱ्हासाच्या नंतर होईल. म्हणजेत विषमताप्रधान ओळखीच्या ऱ्हासातून राष्ट्र-बांधणीची प्रक्रिया सुरू होते.

- आधुनिक भारत या राष्ट्र संकल्पनेचा इतिहास समतावादी म्हणून त्यांनी बुद्ध, कबीर यांचा विचारांशी जोडून घेतला. त्यांनी बौद्धधर्म हा मानवी प्रतिष्ठा, सामाजिक, आर्थिक समता म्हणून राष्ट्रवादाचा आधार निवडला होता.

● या रूपकामध्ये त्यांनी वेगवेगळ्या नद्या, वेगवेगळे प्रांत, वेगवेगळी राष्ट्रके, वेगवेगळ्या जाती यांची विविधता अधोरेखित केली आहे. या विविधतेला त्यांनी समता, सामाजिक सलोखा आणि एकोपा या तीन तत्त्वांचा आधार दिला.

यामुळे डॉ. आंबेडकर एकात्म आणि धर्मनिरपेक्ष राष्ट्रवादाचे पुरस्कर्ते होते, हे स्पष्ट होते. त्यांनी बहुसंख्याकांचे राष्ट्र ही कल्पनादेखील अमान्य केली. बहुसंख्याकांचे राष्ट्र होऊ नये म्हणून त्यांनी वाटाघाटी व समझोता या गोष्टींचा पुरस्कार केला होता. यासाठी त्यांनी 'स्टेट्स अँड मॉयनॉरिटी' या ग्रंथात स्विस पद्धतीचे कार्यकारी मंडळ असावे. कार्यकारी मंडळाची निवड प्रमाणशीर प्रतिनिधित्वाच्या तत्त्वाप्रमाणे करावी. यामुळे कार्यकारी मंडळ एकपक्षीय न राहता सर्वपक्षीय बनेल. लोकसभेत त्यांना त्याच्या लोकसंख्येच्या प्रमाणामध्ये जागा मिळतील. अशी व्यवस्था निर्माण करण्यामुळे बहुसंख्याकांची हुकूमशाही निर्माण होईल व अल्पसंख्याकांना योग्य प्रतिनिधित्व मिळेल असे म्हटले आहे. (चौसाळकर अशोक, २०२१ : ५७). हा न्यायाचा संबंध त्यांनी राष्ट्र संकल्पनेशी जोडला होता. नागरिक व राष्ट्र यांचा खाजगी व सार्वजनिक व्यवहार या तीन तत्त्वांच्या आधारे घडावा, अशी राष्ट्र संकल्पनेबद्दलची त्यांची धारणा होती. त्यांनी या समता व बंधुत्वलक्षी राष्ट्र संकल्पनेला आकार व दृष्टी दिली.

राष्ट्र भविष्याचे वचन

राष्ट्र हे भविष्याचे वचन असते. राष्ट्र म्हणजे भूतकाळातील भ्रम नसतो, असे डॉ. आंबेडकरांचे आकलन होते (Rathore Aakash Singh, २०२० : १६७-१६८). हा विचार त्यांनी १९३०मध्ये मुंबई विधानसभेत मांडला होता. तसेच त्यांनी घटना परिषदेच्या भाषणातही मांडला होता. त्यांनी 'अनहिलेशन ऑफ कास्ट' या पुस्तकात ही वैचारिक भूमिका मांडली होती. त्यांनी भारतीय खेड्यांचे आदर्शवादी चित्र रेखाटण्यास विरोध केला. तसेच वैदिक आणि ब्राह्मण्यवादी भूतकाळातील राष्ट्राचा विचार अनैतिहासिक ठरवला.

डॉ. आंबेडकरांनी राष्ट्रासाठी दोन महत्त्वाच्या पूर्वअटी कल्पिल्या होत्या. एक, राष्ट्राची एकता ही भावना गौरवशाली नसावी. तो एक भ्रम असतो. दोन,

मसुदा समितीने सर्वसंमतीने व्यक्तीची प्रतिष्ठा राष्ट्राच्या प्रतिष्ठेपेक्षा महत्त्वाची मानली. मसुदा समितीने व्यक्तीच्या प्रतिष्ठेच्या आधी राष्ट्र ही दुरुस्ती अमान्य केली. या अर्थाने व्यक्तीची प्रतिष्ठा सुनिश्चित केल्याने राष्ट्राची एकजूट होते. यामुळे व्यक्तीची प्रतिष्ठा ही राष्ट्राच्या एकजुटीची पूर्वअट डॉ. आंबेडकरांनी मांडली होती.

डॉ. आंबेडकरांच्या राष्ट्र संकल्पनेचा एक स्रोत जॉन ड्युई यांचे विचारदेखील होते. जॉन ड्युई हे व्यवहारवादी होते. प्रत्येक समाज भूतकाळातील अमानवी प्रथांमुळे शोषला जातो. जसजसा समाज अधिक प्रबुद्ध होतो, तसतसे त्याला समजते की, या समाजाला संरक्षित करण्यासाठी व त्याचा प्रसार करण्यासाठी तो जबाबदार नाही. भविष्यात यापेक्षा चांगला समाज निर्माण करण्यावर भर दिला पाहिजे, अशी जॉन ड्युई यांची व्यवहारवादी दृष्टी होती. या सूत्राचा प्रभाव डॉ. आंबेडकरांच्या विचारावर होता. मसुदा समितीमध्ये डॉ. आंबेडकरांचा व्यवहारवादी दृष्टिकोन व्यक्त झाला होता (६ फेब्रुवारी १९४८). त्यांनी राष्ट्राच्या एकतेची हमी बंधुत्व देते, अशी भूमिका घेतली होती. व्यक्तिगत प्रतिष्ठा दिली नाही तर राष्ट्र एकसंध नसेल असा भविष्यवेधी दृष्टिकोन त्यांनी मांडला होता.

बंधुत्व आणि व्यक्तीची प्रतिष्ठा या सर्वोच्च तत्त्वांना जोपर्यंत मध्यवर्ती ठेवले जाते, तोपर्यंतच राष्ट्र या संकल्पनेचे स्वागत केले जाऊ शकते. त्यांच्या मते, राष्ट्र ही दुधारी शस्त्रासारखी भावना आहे. त्यामुळे दोन्हीही बाजूंची धार (विरोध) कमी केली पाहिजे. नाही तर अशा दुधारी राष्ट्राच्या भावनेची खूप मोठी किंमत मोजावी लागू शकते. डॉ. आंबेडकरांनी राष्ट्र आणि राज्य यांच्यामध्ये सलोखा राहण्यासाठी राष्ट्राची दुधारी भावना नियंत्रित करण्याचा विचार मांडला होता.

समारोप

राष्ट्र निर्माण होत आहे, असा डॉ. आंबेडकरांनी युक्तिवाद केला होता. भारत हजारो जातींत विभागला गेला होता. तसेच हिंदू-मुस्लीम यांच्यामध्ये बंधुत्वाचा व व्यक्तीच्या प्रतिष्ठेचा अभाव होता. भारत राष्ट्र का नव्हते, यांचा कार्यकारणसंबंध त्यांनी मूलभूत हक्कांशी जोडला होता. बहिष्कृतांना व स्त्रियांना अधिकार नाकारले गेले होते. त्यामुळे भारत राष्ट्र नव्हते. त्यांनी राष्ट्रनिर्मितीसाठी प्रत्येक घटकांचा हक्क प्रस्थापित करण्याचा विचार मांडला. गटांचे अधिकार

राष्ट्रनिर्मितीसाठी त्यांनी महत्त्वाचे मानले. तसेच त्यांनी राष्ट्रनिर्मितीसाठी स्व-प्रतिनिधित्व करण्याची मागणी केली. त्यांनी राष्ट्राच्या भविष्यासाठी भारतीयांकडून आत्मपरीक्षण, घटनात्मक नैतिकतेचे पालन, व्यक्तिपूजेचा ऱ्हास, राजकीय लोकशाहीबरोबर सामाजिक आणि आर्थिक लोकशाहीची स्थापना, जनतेकडून जनतेसाठी सरकार बदलणे ही पाच तत्त्वे स्पष्ट केली होती.

संदर्भ

1) Ambedkar Babasaheb, 1940, *Thoughts on Pakistan*, Bharat Bhusan, Bombay.

2) Ambedkar Babasaheb, 1979, *Dr. Babasaheb Ambedkar : Writings and Speeches. Vol. 1.* Education Department, Government of Maharashtra, Mumbai.

3) Ambedkar Babasaheb, 1987, *Dr. Babasaheb Ambedkar: Writings and Speeches.* Vol. 3. Education Department, Government of Maharashtra, Mumbai.

4) Ambedkar Babasaheb, 1989, The Indian Ghetto : The Centre of Untouchability. *Dr. Babasaheb Ambedkar : Writings and Speeches. Vol. 5.* Education Department, Government of Maharashtra, Mumbai.

5) Ambedkar Babasaheb, 1990. A Nation Calling for home. *Dr. Babasaheb Ambedkar : Writings and Speeches. Volume 8.* Education Department, Government of Maharashtra, Mumbai.

6) Ambedkar Babasaheb, 1991. What Congress and Gandhi have done to the Untouchables? *Dr. Babasaheb Ambedkar: Writings and Speeches. Volume 9,* Education Department, Government of Maharashtra, Mumbai.

7) Ambedkar Babasaheb, 1994, *Dr. Babasaheb Ambedkar: Writings and Speeches. Volume 13,* Education Department, Government of Maharashtra, Mumbai.

8) Bose Subhash Chandra, 1962, Crossroads Being the *Works of Subhash Chandra Bose,* 1938-1940, Asia Publishing House, Bombay.

9) Durga Das, 1970, *India: From Curzon to Nehru and After,* Rupa Publication.

10) Rathore Aakash Singh, 2020, *Ambedkar's Preamble,* Penguin Random House, India.

11) Guru Gopal, 1998, Understanding Ambedkar's Contribution of National Movement, *Economic and Political Weekly,* Jan 24-30, vol 33, pp 156-157.

12) Gaikwad S. M., 1998, Ambedkar and Indian Nationalism, *Economic and Political Weekly,* 7-13 Mar 1998, vol 33, No 10.

13) Christopher Jafferlot, Ambedkar Against Nationalism, *The Indian Express,* 14 April 2016.

14) Burra Neera, was Ambedkar Just a Leader of the Mahars?

15) Gail Omvedt, Non-Brahmans and Nationalists in Poona, *Economic and Political Weekly,* Feb., 1974, Vol. 9, No. 6/8.

१६) खैरमोडे चांगदेव, १९५८, डॉ. भीमराव रामजी आंबेडकर चरित्र, द्वितीय खंड (सन १९२० ते १९३० पर्यंत), बौद्धजन पंचायत समिती, मुंबई.

१७) आंबेडकर भि. रा., १९७६, *असा मी जगलो* (संपादक जनार्दन गोविंद सन्त), डॉ. आंबेडकर अभ्यास मंडळ, चंद्रपूर

१८) कसबे रावसाहेब, १९९४, *हिंदू मुस्लीम प्रश्न आणि सावरकरांचा राष्ट्रवाद,* सुगावा प्रकाशन, पुणे.

१९) चौसाळकर अशोक, २०२१, *राष्ट्रक आणि राष्ट्रवाद,* मुक्तसंवाद.

२०) आंबेडकर बाबासाहेब, २०२१

२१) खरात शंकरराव, १९९०, डॉ. *बाबासाहेब आंबेडकरांची पत्रे* (कर्मवीर भाऊराव उर्फ दादासाहेब गायकवाड यांना), इंद्रायणी साहित्य पुणे.

२२) पवार प्रकाश, २०२०, *भारतीय राज्यसंस्था आणि सामाजिक न्याय,* डायमंड, पुणे.

घटनात्मक देशभक्ती

डॉ. आंबेडकरांच्या जीवनामध्ये घटनात्मक देशभक्तीचे स्थान सर्वोच्च राहिले आहे. जागतिक पातळीवरती देशभक्तीच्या भावनेचे समर्थक आणि विरोधक असे दोन गट आहेत. लिओ टॉल्सटॉय यांना देशभक्ती मूर्ख आणि अनैतिक वाटली (Primoratz Igor, २०२०), परंतु डॉ. आंबेडकरांना देशभक्ती घटनात्मक वाटली. अनेकांची देशभक्तीची कल्पना संदिग्ध असते; डॉ. आंबेडकरांची देशभक्तीची संकल्पना अचूक आणि स्पष्ट आहे.

डॉ. आंबेडकरांच्या व्यक्तिमत्त्वामध्ये देशभक्तीच्या न्याय्य सद्गुणांचा एक संच दिसतो. आधुनिक युगाचा देशभक्ती हा एक सद्गुण मानला जातो. त्यांच्या व्यक्तिमत्त्वात हा सद्गुण वेगवेगळ्या पद्धतीने अभिव्यक्त होत गेला. त्यांच्या व्यक्तिमत्त्वातील देशभक्तीच्या आशयाचे स्वरूप इतर देशभक्तीच्या परंपरागत धारणांच्या तुलनेत वेगळे होते. त्यांनी देशभक्ती हा केंद्रीय नैतिक सद्गुण मानला होता. या अर्थाने, त्यांच्या व्यक्तिमत्त्वातील देशभक्ती नैतिक व घटनात्मक पद्धतीने विकसित होत गेली. त्यांना आपल्या देशाबद्दल विशेष आपुलकी होती. देशाशी त्यांची वैयक्तिक ओळखीची भावना समतेच्या परंपरेतून विकसित होत गेली, असे दिसते. त्यांना देशाच्या हिताची व देशबांधवांच्या कल्याणाची विशेष काळजी होती. शिवाय देशाच्या भल्यासाठी त्यांनी वेळोवेळी त्याग केला. एकूण त्यांच्या जीवनाच्या प्रवाहात सातत्याने देशभक्ती हा नैतिक सद्गुण अभिव्यक्त होत गेला.

न्यायभूमी

'मला मातृभूमी नाही', असे मत डॉ. आंबेडकरांनी महात्मा गांधींशी झालेल्या भेटीत व्यक्त केले होते. अर्थात, हे त्यांचे मत उद्विग्नतेतून व्यक्त झाले होते. मात्र त्यांची मातृभूमिविषयक धारणा, विचार, लेखनचळवळीमधून सकारात्मक रीतीने अभिव्यक्त झाली. न्यायाच्या मूल्यांचा संच या संदर्भात डॉ. आंबेडकरांची देशभक्तीची संकल्पना विकसित होत गेली. डॉ. आंबेडकर आपल्या मातृभूमीचे वर्णन 'न्यायभूमी' असेच करतात.

त्यांच्या न्याय संकल्पनेत स्वातंत्र्य, समता, बंधुत्व, प्रतिष्ठा आणि राष्ट्र यांचा समावेश होतो. समता आणि लढवय्या बाणा या गुणांशी संबंधित नागभूमीची संकल्पना त्यांनी वेळोवेळी मांडली. धर्मांतरासाठी नागपूर शहराची निवड त्यांनी याच निकषावर केली. साहजिकच त्यांना नागभूमीबद्दल प्रेमाची व आपुलकीची भावना होती. बौद्ध भूमी ही स्वातंत्र्य, समता, बंधुता आणि धम्माची (नीती) भूमी असे त्यांनी तिचे वर्णन केले आहे. बौद्ध स्थळांना डॉ. आंबेडकर जाणीवपूर्वक भेटी देत असत. त्यांनी महाराष्ट्रातील बौद्ध लेण्यांना भेटी दिल्या होत्या. यातून त्यांची मातृभूमीची मूल्यवाचक कल्पना स्पष्ट होते. महाराष्ट्रातील दापोलीचे वर्णन त्यांनी लष्करी गुणांच्या आधारे केले. 'दापोली - लष्करी गुणांची वाढ झालेली भूमी' असे तिचे आपुलकीने त्यांनी वर्णन केले आहे. भक्तीचळवळीची भूमी म्हणून त्यांनी संत कबीर, संत तुकाराम, संत ज्ञानेश्वर यांच्या सामाजिक सुधारणांविषयीच्या साहित्याचा गौरव केला आहे. शिवाजी महाराजांची भूमी स्वराज्याची व स्वशासनाची म्हणून त्यांनी त्या भूमीबद्दलच्या आपुलकीच्या भावना व्यक्त केल्या आहेत. रायगड किल्ल्याला त्यांनी भेटही दिलेली होती. उत्तरेच्या तुलनेत दक्षिणेची भूमी अधिक प्रगत असे त्यांनी मत नोंदवले आहे.

आधुनिक काळातील महाराष्ट्राच्या वैचारिक भूमीबद्दल त्यांना विशेष आपुलकी होती. तसेच या भूमीची ते काळजी घेत होते. या उदाहरणांवरून ते भूमीचे वर्णन मूल्यवाचक व एक जीवनपद्धती म्हणून करतात. हे त्यांचे वर्णन कल्पित समुदाय या प्रकारचे नाही. त्यांनी भारतीय भूमीचे वर्णन वास्तविक समुदाय असे केले आहे. वास्तविक समुदायासाठी त्याग केलेली उदाहरणे त्यांनी नोंदवली आहेत. या गोष्टींचा संबंध त्यांनी १९१७पासून घटनात्मक सुधारणांशी जोडला होता. भारतातील

घटनात्मक सुधारणांच्या कार्यक्रमात त्यांनी कृतिशील सहभाग घेतला. राज्यघटनेमध्ये त्यांनी न्यायाची संकल्पना सामील केली. यामुळे १९४६नंतर त्यांची देशभक्तीची संकल्पना घटनात्मक देशभक्तीचे नवीन वळण घेते. १९५६मधील बौद्ध धम्माच्या स्वीकारामुळे पुन्हा नैतिक देशभक्तीच्या प्रकाराला त्यांनी उजाळा दिला.

देशभक्तीचे विविध प्रकार

भारतात देशभक्तीचे विविध प्रकार व्यक्त झाले आहेत. आक्रमक देशभक्ती, परंपराभिमानी देशभक्ती, उदारमतवादी देशभक्ती, नैतिक देशभक्ती, नैसर्गिक देशभक्ती, घटनात्मक देशभक्ती या सर्वच प्रकारांबद्दल डॉ. आंबेडकरांची स्वतंत्र मते होती. त्यांनी त्यांची मते अगदी सहजपणे तसेच गंभीरपणेही व्यक्त केली. त्यामुळे देशभक्ती किंवा राष्ट्रभक्तीबद्दल आरोप-प्रत्यारोपाचे राजकारण सुरू झाले.

काँग्रेसप्रणीत देशभक्ती, आर्थिक देशभक्ती, प्रादेशिक देशभक्ती, हिंदुत्व देशभक्ती, मुस्लिमांची देशभक्ती, द्विराष्ट्रवाद्यांची देशभक्ती, सरंजामदारांची देशभक्ती असे विविध प्रवाह उदयास आले होते. या प्रवाहातील देशभक्तीला अनेक मर्यादा होत्या. तरीही त्या प्रवाहांनी डॉ. आंबेडकरांच्या विरोधात भूमिका घेतली. आणि डॉ. आंबेडकरविरूद्ध महात्मा गांधी, डॉ. आंबेडकरविरूद्ध वि. दा. सावरकर अशी नेतृत्वाची स्पर्धा देशभक्तीच्या विषयसूत्रावरून घडत गेली. महात्मा गांधींचे अनुयायी डॉ. आंबेडकरांच्या बहिष्कृत मुक्तीच्या विचारांना विरोध करू लागले. इतकेच नव्हे तर त्यांची प्रतिमा अराष्ट्रीय स्वरूपाची ठरवू लागले होते. या गोष्टीची सुरुवात या आधीही झाली होती. महात्मा फुले, शाहू महाराज, सयाजीराव गायकवाड यांची देशभक्तीची धारणा उच्च जातींतील नेतृत्वाला मान्य नव्हती; परंतु हा सर्व वाद-विषय देशभक्तीच्या प्रकारांशी संबंधित होता.

न्यायाच्या सद्गुणांचा संच-राष्ट्रभक्ती

न्यायाच्या सद्गुणाचा संच या संदर्भात डॉ. आंबेडकरांची देशभक्तीची धारणा विकसित होत गेली. भारतीय स्वातंत्र्य चळवळीत याची उत्तम उदाहरणे दिसतात. डॉ. आंबेडकरांनी भारतीय स्वातंत्र्य चळवळीतील राष्ट्रभक्तीची सीमारेषा ब्राह्मणी तत्त्वाच्या आधारे स्पष्ट केली. उच्चजातीय व उच्चवर्गीय लोकांना अखिल भारतीय

काँग्रेसच्या राष्ट्रभक्तीबद्दल विशेष आपुलकी होती. सामाजिक सुधारणांना अग्रक्रम द्यावा अशी राष्ट्रभक्तीची नैतिक भावना न्या. रानडेंची होती. ती राष्ट्रभक्ती लो. टिळक यांना मान्य नव्हती. डॉ. आंबेडकरांना मात्र न्या. रानडे यांच्या देशभक्तीचा आशय मान्य होता.

लो. टिळक यांच्या आक्रमक राष्ट्रभक्तीचा न्या. रानडे यांना विरोध झाला (१८८५-१९०१). डॉ. आंबेडकरांनी मात्र सार्वजनिक पातळीवर न्या. रानडे यांच्या राष्ट्रभक्तीच्या गुणसंचाचे समर्थन केले. तसेच न्या. रानडे, लो. टिळक व महात्मा गांधी यांची तुलना त्यांनी बौद्धिक घटनांच्या आधारे केली. लो. टिळकांकडे अभ्यासाची वैचारिक परंपरा होती, अशी भूमिका त्यांनी घेतली. देशातील वैचारिक लेखनाबद्दलची त्यांना विशेष आपुलकी होती, वैचारिक लेखनाबद्दल त्यांनी मतभिन्नता व्यक्त केली, परंतु या वैचारिक परंपरेबद्दल त्यांना विशेष स्नेह आणि प्रेमभाव होता. या उदाहरणाने वैचारिक पातळीवरील सद्गुणांचा संच त्यांच्या राष्ट्रभक्ती संकल्पनेत अभिव्यक्त होतो.

महात्मा गांधी यांच्या नेतृत्वाखालील स्वातंत्र्य चळवळीतील देशभक्ती डॉ. आंबेडकरांना पुरेशी वाटत नव्हती. अस्पृश्यता निवारणाच्या कार्यक्रमाला औपचारिक मान्यता देण्यापलीकडे काँग्रेस काही करीत नाही, अशी रोखठोक भूमिका त्यांनी महात्मा गांधींच्यापुढे मांडली होती. डॉ. आंबेडकर - महात्मा गांधी यांच्यातील भेटीत काँग्रेस डॉ. आंबेडकरांचा व त्याच्या कार्याचा द्वेष करते, त्यांना अराष्ट्रीय असे संबोधून हिंदूंच्या मनात त्याच्या कार्याविषयी द्वेष पसरवते, असे मत डॉ. आंबेडकरांनी मांडले होते. एवढेच नव्हे तर त्यांनी 'मला मायभूमी नाही' अशी खंतही व्यक्त केली होती. म्हणजेच काँग्रेस आणि डॉ. आंबेडकर यांच्यामध्ये राष्ट्रीय-अराष्ट्रीय, मायभूमी-बिगर मायभूमी, राष्ट्रभक्त-अराष्ट्रभक्त असा राजकीय वाद तिशीच्या दशकाच्या आधीच सुरू झाला होता. तिशीच्या दशकामध्ये सायमन कमिशनपासून हा वाद वाढला होता (कीर धनंजय, २००६:१९०-१९३). डॉ. आंबेडकरांनी सायमन कमिशनला सहकार्य केल्याबद्दल महात्मा गांधींनी बहिष्कृतांच्या पुढाऱ्यांना बहिष्कृत समाजात कोणी विचारत नाही, अशी भूमिका घेतली होती. त्यामुळे डॉ. आंबेडकर व महात्मा गांधी यांच्या नेतृत्वामध्ये संघर्षाबरोबरच एक प्रकारचा कडवटपणा आला होता. थोडक्यात, महात्मा गांधी आणि डॉ. आंबेडकर यांच्यामध्ये राष्ट्रभक्तीच्या विचारसरणीवर आधारित

राजकीय संघर्ष वाढलेला होता. डॉ. आंबेडकरांच्या राष्ट्रभक्तीचा मुख्य उगम बहिष्कृतांच्या कल्याणाच्या विशेष काळजीतून होतो. हाच त्यांच्या राष्ट्रभक्तीच्या अनेक सद्गुणांपैकी एक विशेष गुण आहे. म्हणून डॉ. आंबेडकरांनी बहिष्कृत वर्गाची राष्ट्र संकल्पना, स्वराज्य, स्वशासन, घटनात्मक संरक्षण असा विचार मांडला, तसेच या गोष्टी मिळाव्यात यासाठी आग्रही मागण्या केल्या. या मागण्यांच्या पायाशी राष्ट्रभक्ती आहे, हे स्पष्ट होते.

देशभक्तीची प्रतिमा

१९२८मध्ये सायमन कमिशन भारतात आले. काँग्रेस पक्षाने सायमन कमिशनवर बहिष्कार घातला होता. या कमिशनला डॉ. आंबेडकरांनी भेट दिली. त्यामुळे सायमन कमिशनवर बहिष्कार घालणाऱ्या वर्गाने त्यांची प्रतिमा अराष्ट्रीय अशी निर्माण केली. याचा त्यांना प्रचंड त्रास झाला. परंतु विसाव्या शतकाच्या तिसऱ्या दशकात डॉ. आंबेडकरांची समाजातील प्रतिमा बदलण्यास सुरुवात झाली.

डॉ. आंबेडकर यांची राष्ट्रभक्तीची प्रतिमा नव्याने निर्माण होऊ लागली. या गोष्टीची तीन उदाहरणे तिसऱ्या दशकाच्या सुरुवातीलाच दिसून आली.

१. पहिल्या गोलमेज परिषदेमध्ये डॉ. आंबेडकर यांनी केलेल्या भाषणांतून त्यांचा प्रखर देशाभिमान प्रकट झाला. कारण त्यांनी सामान्य माणसाच्या हिताचा आणि लोकशाही तत्त्वांचा पुरस्कार केला, तसेच वसाहतींतर्गत स्वराज्याचाही पुरस्कार केला. ही घडामोड देशाच्या हिताची विशेष काळजी घेणारी होती. तसेच यातून देशाबदलची विशेष आपुलकी व्यक्त झाली होती. देशाचे कल्याण लोकशाहीचा पुरस्कार करण्यात आहे. हा सर्व तपशील राष्ट्रभक्तीच्या मुळाशी होता.

२. मार्च १९३१मध्ये चिरनेर खटल्याची केस डॉ. आंबेडकर लढवत होते. हा खटला सरकारविरुद्ध जनता असा होता. डॉ. आंबेडकरांनी या खटल्यामध्ये सरकारच्या विरोधात जाऊन जनतेची बाजू घेतली होती. ज्या सरकारने डॉ. आंबेडकरांना गोलमेज परिषदेकरिता प्रतिनिधी म्हणून पाठवले होते, त्याच सरकारच्या विरोधात हा खटला डॉ. आंबेडकर लढवत होते. यातून त्यांचा राष्ट्रीय बाणेदारपणा व्यक्त झाला होता (कीर धनंजय, २००६ :१८४-१८५). हा डॉ. आंबेडकरांच्या देशभक्तीच्या केंद्रस्थानी असणारा नैतिक सद्गुण दिसतो.

३. १९३१मध्ये काँग्रेस पक्षाचा डॉ. आंबेडकरांकडे पाहण्याचा दृष्टिकोन बदलला होता. मद्रास येथे पंडित नेहरू यांनी गोलमेज परिषदेला गेलेल्या लेकांच्याबद्दल भाष्य केले होते. गोलमेज परिषदेस गेलेले पुढारी देशद्रोही किंवा स्वार्थी होते, असे आमचे म्हणणे नव्हते. तर त्यांना बहुसंख्य लोकमताचा पाठिंबा नव्हता, एवढेच आमचे म्हणणे होते (कीर धनंजय, २००६ : १८७). हा विचार काँग्रेसच्या सर्वोच्च नेतृत्वाने मान्य केला होता. त्यामुळे देशभक्तीच्या मुद्द्यांवरील कृत्रिम वादळ कमी झाले.

डॉ. आंबेडकरांच्या भेटीमध्ये गांधींनी 'डॉ. आंबेडकर तुम्हाला मायभूमी आहे' अशी भूमिका घेतली होती. तसेच गांधी यांनी पहिल्या गोलमेज परिषदेच्या कार्याच्या वृत्तांताचे उदाहरण देऊन तुम्ही मायभूमीची सेवा केली, अशा आशयाची भूमिका मांडली होती.

दुसऱ्या गोलमेज परिषदेची नावे जाहीर झाली. त्यामध्ये डॉ. आंबेडकरांचे नाव होते. त्यानंतर हिंदुस्थानमधील विरोधी पक्षाच्या वृत्तपत्रातून डॉ. आंबेडकरांचा राष्ट्राभिमान, लोकशाहीविषयक विचार आणि सामान्य जनतेच्या कल्याणाविषयीचे विचार या गोष्टींची प्रशंसा होऊ लागली होती (कीर धनंजय, २००६:१८८-१९२). हा सर्व तपशील स्वत:च्या देशाबद्दलच्या विशेष आपुलकीचा भाग होता. डॉ. आंबेडकर १९१३पासून देशभक्तीचा विचार मांडत होते. तो विचार राष्ट्रीय भूमिकेतून व्यक्त होत होता. त्यांच्या राजकीय जाणीव जागृती चळवळीचा वैचारिक आधार देशभक्ती हा होता. 'मूकनायक', 'बहिष्कृत भारत' या संकल्पनांमध्ये सुस्पष्टपणे राष्ट्रभक्तीची ओढ दिसते. केवळ राजकीय स्पर्धेमुळे ती त्यांच्या स्पर्धकांना दिसत नव्हती. त्यामुळे वादंग उभे राहिले होते.

राष्ट्रभक्तीचा आशय स्वराज्य

डॉ. आंबेडकरांच्या काळात स्वराज्य व स्वातंत्र्य हा देशभक्तीचा मुख्य आशय झाला होता. त्यामुळे स्वराज्य व स्वातंत्र्य या संकल्पनांचा सरळसरळ अर्थ देशभक्ती असा जनसमूहांमध्ये लोकप्रिय झाला होता. राजकीय स्वातंत्र्य आणि पारतंत्र्य यांपैकी राजकीय स्वातंत्र्याची निवड डॉ. आंबेडकरांनी केली होती; परंतु त्यांनी राजकीय स्वातंत्र्याच्या बरोबर सामाजिक स्वातंत्र्याचादिखील आग्रह धरलेला होता. सामाजिक स्वातंत्र्यामध्ये समता, प्रतिष्ठा आणि बंधुत्व या तीन

मूल्यांचा समावेश होतो. त्यांनी प्रतिष्ठा, न्याय आणि राष्ट्र याही संकल्पनांचा आग्रह धरलेला होता.

डॉ. आंबेडकरांनी सातत्याने ब्रिटिश साम्राज्यावर त्यांच्या राज्यकारभारावरून टीका केली होती. ब्रिटिश सत्तेच्या ऱ्हासानंतरच लोकशाही मूल्यांवर आधारलेला समाज आणि शासन निर्माण होईल, असे डॉ. आंबेडकरांचे मत होते. १९१९मध्ये साउथबरो कमिटीच्या पुढे साक्ष देताना त्यांनी भारताला स्वयंनिर्णयाचा हक्क मिळावा अशी इच्छा व्यक्त केली होती (आंबेडकर, १९७९: २६८). त्यांनी स्वयंनिर्णयाच्या हक्काची मागणी राष्ट्रीय मागणी म्हणून केली होती. तेव्हा क्रांतिकारी स्वातंत्र्याची चळवळ आणि महात्मा गांधींच्या नेतृत्वाखालील स्वातंत्र्याची चळवळ सामाजिक समतेचा, प्रतिष्ठेचा व बंधुत्वाचा मूल्यग्राही आग्रह धरत नव्हती, अशी डॉ. आंबेडकरांची भूमिका होती.

डॉ. आंबेडकरांना सामाजिक स्वातंत्र्य म्हणजे जातविहीन व वर्णविहीन समाज असे अपेक्षित होते. त्यामुळे क्रांतिकारकांची स्वातंत्र्याची चळवळ आणि महात्मा गांधीजींची स्वातंत्र्याची चळवळ यापेक्षा डॉ. आंबेडकरांची स्वातंत्र्याची चळवळ वेगळी होती. डॉ. आंबेडकर त्यांचा सामाजिक स्वातंत्र्याचा अर्थ महात्मा फुले, लोकहितवादी, न्या. रानडे यांच्या विचारांशी सुसंगत आहे, असे पुन्हा-पुन्हा स्पष्ट करत होते.

डॉ. आंबेडकरांची स्वातंत्र्याची चळवळ त्या काळाच्या संदर्भात तीन पदरी होती.

१. ही चळवळ सामाजिक स्वातंत्र्याचा दावा करत होती (समता, प्रतिष्ठा, न्याय, बंधुत्व).

२. डॉ. आंबेडकर राजकीय स्वातंत्र्याचा दावा करत होते. त्यांचा स्वातंत्र्याचा दावा देशबांधवांच्या कल्याणाची काळजी घेणारा होता. कारण त्यांनी बहिष्कृतांसाठी स्वराज्य व लोकशाही शासन पद्धतीचे स्वराज्य अशी भूमिका घेतली होती.

३. डॉ. आंबेडकर यांनी महिलांच्या स्वातंत्र्याचा दावा केला होता. यामुळे डॉ. आंबेडकरांची देशभक्तीची संकल्पना तळागाळातील लोकांच्या जीवनाशी संबंधित होती. या लोकांच्या जीवनातील गुलामगिरीविरोधी भूमिका त्यांनी घेतली होती. या अर्थाने त्यांची राष्ट्रभक्तीची संकल्पना स्वोद्धारांशी संबंधित होती.

डॉ. आंबेडकरांना महाडच्या सत्याग्रहाच्या वेळी भारतीय स्वातंत्र्याची निकड तीव्रपणे जाणवली होती; परंतु भारताला मिळणाऱ्या स्वातंत्र्यात अस्पृश्यांना सवर्णांसारखे समान नागरिकत्व मिळेल का? का पुन्हा हिंदूंच्या गुलामगिरीत त्यांना राहावे लागेल? या चिंतेने त्यांना नेहमी ग्रासलेले होते (खरात शंकरराव, १९९० : १४९). ३० ऑगस्ट १९३०च्या 'केसरी'च्या अग्रलेखात 'अस्पृश्यांनाही स्वातंत्र्य हवे' असा मथळा छापला होता. १९३१मध्ये अखिल भारतीय अस्पृश्यता परिषदेत अध्यक्षपदावरून बोलताना डॉ. आंबेडकरांनी स्वातंत्र्याची जाहीरपणे मागणी केली होती. केसरीने या मागणीला उपरोधिकपणे विरोध केला होता.

लंडन येथील पहिल्या गोलमेज परिषदेला जाण्यापूर्वी आपल्या उद्देशासंबंधी स्पष्टीकरण देताना डॉ. आंबेडकरांनी सांगितले होते की, मी माझ्या लोकांसाठी न्याय्य हक्कांची मागणी करेनच आणि स्वराज्याच्या मागणीचाही पाठपुरावा करेन, सामाजिक स्वातंत्र्याबरोबर राजकीय स्वातंत्र्यही त्यांना अपेक्षित होते. (कीर धनंजय, १९८३ : १५६). गोलमेज परिषदेमध्येच ब्रिटिश सरकार अस्पृश्यांचे प्रश्न सोडवण्यास असमर्थ आहे, असे त्यांनी जाहीर केले व भारतातील सरकार हे लोकांनी लोकांकरिता चालवलेले लोकांचे राज्य असावे अशी भारतीय स्वातंत्र्यास पूरक भूमिका घेतली (कीर धनंजय, १९८३ : १५९).

डॉ. आंबेडकरांना भारताचे राजकीय स्वातंत्र्य एक शासनकर्ता वर्ग जाऊन दुसरा शासनकर्ता वर्ग सत्तेवर येणे असे अपेक्षित नव्हते. परकीय राज्यकर्त्यांच्या जागी देशी उच्चजातीय राज्यकर्ते असाही बदल त्यांना मान्य नव्हता. त्या काळात उच्च जातींकडे राजकीय क्षमता होती, असा दावा केला जात होता. लो. टिळकांनी १९१९मध्ये अथणी येथील सभेत अशा आशयाचा दावा केला होता. उच्च जातीच्या हाती स्वातंत्र्याची सत्ता जाण्यास डॉ. आंबेडकरांचा विरोध होता. गोलमेज परिषदेमध्ये ब्रिटिशांना अपेक्षित असणारी राज्यघटना भारतीयांना अपेक्षित नाही. भारतीयांसाठी भारतीयांची संमती घेऊन नवी राज्यघटना तयार करावी असे डॉ. आंबेडकरांचे मत होते (कीर धनंजय, १९८३ : १५९).

काँग्रेसची स्वातंत्र्याची चळवळ, मुस्लीम लीगची स्वातंत्र्याची चळवळ आणि हिंदू महासभेची स्वातंत्र्याची चळवळ ही अभिजन वर्गाची होती. डॉ. आंबेडकरांची स्वातंत्र्याची चळवळ तळागाळातील बहिष्कृत वर्गाची होती. डॉ. आंबेडकरांनी काँग्रेसच्या, हिंदू महासभेच्या व मुस्लीम लीगच्या स्वातंत्र्य चळवळीच्या उच्चजातीय

व उच्चवर्गीय मर्यादा स्पष्ट केल्या होत्या. त्यांनी तळागाळातील लोकांच्या स्वातंत्र्याचा विचार मांडला. त्यांचा स्वातंत्र्याचा विचार सर्वांचे कल्याण साधणारा होता. स्वातंत्र्यात अस्पृश्यांचे नेमके कोणते स्थान राहील? त्यांनी असा प्रश्न महात्मा गांधींना विचारला होता. या प्रश्नाचे उत्तर १९४४ पर्यंत काँग्रेसच्या नेत्यांनी दिले नव्हते. मात्र १९३८मध्ये सुभाषचंद्र बोस यांनी सर्व नागरिकांना समान हक्क मिळतील अशी भूमिका काँग्रेसच्या अध्यक्षपदावरून घेतली होती (बोस सुभाषचंद्र, १९६२ : ०८). ही भूमिका डॉ. आंबेडकरांना मान्य होती.

सामाजिक आणि आर्थिक क्रांतीनंतरच खरे स्वातंत्र्य मिळेल, असे डॉ. आंबेडकरांना वाटत होते. त्यांना राजकीय स्वातंत्र्य हे सामाजिक व आर्थिक स्वातंत्र्यासह अपेक्षित होते. हाच मुख्य फरक काँग्रेस पक्षाच्या व डॉ. आंबेडकरांच्या देशभक्तीमधील होता.

स्वातंत्र्य चळवळीतील देशभक्तीबाबत मतभिन्नता

काँग्रेसच्या राष्ट्रवादाची चिकित्सा केल्याबद्दल डॉ. आंबेडकरांना तीव्र विरोध झाला. विसाव्या शतकात स्वातंत्र्य चळवळीतील देशभक्तीला मान्यता मिळाली होती. त्या देशभक्तीला अधिमान्यता देण्याबद्दल डॉ. आंबेडकरांच्या युक्तिवादाने तीव्र असहमती दर्शवली. डॉ. आंबेडकरांनी त्या वेळच्या प्रबळ राष्ट्रवादी विचारसरणींविरोधात असहमती व्यक्त केली (१९३०-१९४७).

ब्रिटिश साम्राज्यवादापुढील आव्हाने (दोन्ही महायुद्धे), भारतीय राष्ट्रभक्तीच्या भावनांचा उदय आणि राजकीय सत्तेचे पुनर्वाटप करण्याचा आग्रह ही त्या काळाची वैशिष्ट्ये होती. तेव्हा डॉ. आंबेडकरांनी काँग्रेसच्या राष्ट्रवादाला सहमती दिली नाही, असा संकुचित अर्थ घेतला गेला. डॉ. आंबेडकरांचा राष्ट्रभक्तीला विरोध का होता? त्यांनी काँग्रेसच्या राष्ट्रवादास विरोध का केला? याची कारणे त्या त्या वेळच्या घटनांच्या संदर्भात त्यांनी स्पष्ट केली होती. राष्ट्रीय चळवळीवर उच्चभ्रू जातीतील लोकांचे वर्चस्व होते. हे एक महत्त्वाचे कारण त्यांनी दिले होते. यासंदर्भातील अनेक उदाहरणे डॉ. आंबेडकरांनी नोंदविली आहेत.

काँग्रेसच्या राष्ट्रभक्तीच्या मर्यादा डॉ. आंबेडकरांना पुरत्या उमगल्या होत्या. त्यांची निवडक उदाहरणे पुढील आहेत.

● समतालक्ष्यी राष्ट्रभक्तीमुळे उच्चभ्रूंच्या राष्ट्रभक्तीपुढे आव्हान उभे राहिले.

सत्तेची मक्तेदारी कायम ठेवण्यासाठीच्या उच्चभ्रूंच्या आग्रहामुळे बहिष्कृत आणि सवर्ण यांच्यामध्ये देशभक्तीवरून वाद झाला. डॉ. आंबेडकर राष्ट्रभक्तीचा दावा करणाऱ्या वर्गाचे वर्णन 'ब्राह्मण्यवादी व भांडवलवादी' म्हणून करत होते. उच्च जातींनी त्यांचे जातीचे विशेषाधिकार स्वीकारणे व सोडणे यांपैकी विशेषाधिकारांची निवड केली होती. ते आधुनिकपूर्व काळापासून याचा उपभोग घेत होते, त्या विशेषाधिकारांचा त्यांनी दावा केला होता. त्यामुळे लोकांचे राष्ट्र ही संकल्पना आकाराला येत नव्हती. हा आंबेडकरांचा मुख्य युक्तिवाद होता.

● राष्ट्रवादी वर्गाचे धर्मनिरपेक्ष चारित्र्य हे हिंदुत्वनिष्ठांसाठी एक मुखवटा होते. डॉ. आंबेडकरांनी धर्मनिरपेक्ष काँग्रेस पक्ष आणि हिंदुत्वनिष्ठ हिंदू महासभा यांच्यात फरक करण्यास नकार दिला होता. काँग्रेसच्या धर्मनिरपेक्ष राजकीय संघटनेने त्यांच्या नेत्यांच्या ब्राह्मण्यवादी आकांक्षा प्रतिबिंबित केल्या होत्या. डॉ. आंबेडकरांनी युक्तिवाद केला की, ब्राह्मणांनी इतर वर्णांबरोबर युती केली, त्या युतीच्या माध्यमातून त्यांनी बहिष्कृत वर्गाचे दमन चालू ठेवले. आधुनिकपूर्व काळात ब्राह्मणांनी त्यांच्या राजकीय संरक्षणासाठी आणि शस्त्रास्त्रांसाठी क्षत्रियांशी युती केली.

आधुनिक काळात समाजातील व्यापारीकरणामुळे या समीकरणांमध्ये बदल झाला. आधुनिक काळात राजकीय सत्ता टिकवण्यासाठी, ब्राह्मणांनी बनिया वर्गाशी संगनमत करून त्यांचे भांडवली वर्चस्व जपले. डॉ. आंबेडकरांनी बहिष्कृतांच्या श्रमांचे शोषण यासंदर्भात शासक वर्गाचे पायाभूत आणि नागरी सुधारणा धोरण उघड केले. त्यामुळे शासक वर्गाचा राष्ट्रवाद त्यांनी उच्चजाती व वर्गांचे भांडवली हितसंबंध जपणारा म्हणून अधोरेखित केला.

● परदेशात शिक्षण घेत असताना त्यांनी राष्ट्रीय चळवळीत सहभाग घ्यावा असे त्यांना सुचवले गेले होते. तेव्हा त्यांनी बहिष्कृत वर्गाचे कल्याण हे कारण दिले होते. याचा दुसरा अर्थ राष्ट्रीय स्वातंत्र्य चळवळ बहिष्कृत वर्गाचे कल्याण हा दावा करत नव्हती, उलट त्यांचे दमन होत होते. बहिष्कृत समाजाचे दमन ही राष्ट्रनिर्मितीची पद्धत नाही, अशी डॉ. आंबेडकरांची भूमिका होती (आंबेडकर बाबासाहेब, १९९१ : ४१२). त्यामुळे अर्थातच काँग्रेसची राष्ट्रधारणा व डॉ. आंबेडकरांची राष्ट्र संकल्पना वेगवेगळी होती.

लो. टिळक यांनी काँग्रेस पक्षाचा वेदान्ती राष्ट्रवाद मांडला. त्यांनी आधी राजकीय सुधारणा अशी भूमिका घेतली होती. त्यामुळे सामाजिक सुधारणांचा विचार त्यांनी दुय्यम स्थानावर ठेवला होता. विशेष म्हणजे लो. टिळकांची राष्ट्र संकल्पना जवळपास १९१८पर्यंत सर्वसमावेशक नव्हती, त्यांचा बहिष्कृतांना विरोध झाला (खैरमोडे चांगदेव, १९५८ : १२). मथितार्थ लो. टिळकांची राष्ट्र संकल्पना समता या तत्त्वावर आधारलेली नव्हती. लो. टिळकांची हिंदू राष्ट्र संकल्पना डॉ. आंबेडकरांनी नाकारली. त्यांनी वेदान्ती राष्ट्रवादातून येणारे वर्चस्व आणि अंतर्गत दडपशाही या दोन्ही गोष्टींचा सातत्याने विरोध केला. राष्ट्रवादाच्या वर्चस्वशाली समान परंपरा त्यांनी नाकारल्या आणि त्या विरोधात चळवळ उभी केली. काँग्रेसचा राष्ट्रवाद हा व्यापारी आणि अभिजन वर्ग यांना राष्ट्रवादाच्या मध्यवर्ती ठेवत होता. हा राष्ट्रवाद हिंदू धर्म आणि संस्कृतीला गाभ्याचा भाग बनवत होता. हिंदू धर्म आणि हिंदू संस्कृती बहिष्कृत वर्गाचे कल्याण करत नव्हती. तसेच समता आणि नागरी हक्क देत नव्हती. हिंदू धर्म जातीय विषमता आणि दडपशाही निर्माण करत होता. त्यामुळे काँग्रेसची स्वातंत्र्याची संकल्पना डॉ. आंबेडकरांनी नाकारली. डॉ. आंबेडकरांनी काँग्रेसच्या देशभक्ती व राष्ट्रवादाचे ब्राह्मण्यवादी स्वरूप स्पष्ट केले (मून वसंत (संपा.), १९९०:३५०(२) व ३५१ (३)).

- लो. टिळकांच्या नंतर डॉ. आंबेडकरांनी महात्मा गांधींच्या राष्ट्रवादास विरोध केला. कारण बुद्धाची परंपरा आणि वेदान्ती परंपरा या दोन परस्परविरोधी परंपरा होत्या. या दोन परंपरांची राष्ट्रवादाची वेगवेगळी व परस्परविरोधी प्रारूपे होती. गांधींच्या नेतृत्वाखालील स्वातंत्र्य चळवळ समतावाद व मुक्तिवाद हा राष्ट्रवादाचा आशय मानत नव्हती. त्यामुळे स्वातंत्र्य चळवळीतील राष्ट्रवाद हा बहिष्कृत समूहाच्या विरोधातील आहे, अशी त्यांची ठाम भूमिका होती. या अर्थाने त्यांनी महात्मा गांधींच्या नेतृत्वाखालील राष्ट्रभक्ती नाकारली. कारण डॉ. आंबेडकरांच्या समता व मुक्तिवाद या निकषांवर राष्ट्रभक्ती टिकत नव्हती. मात्र डॉ. आंबेडकरांनी न्या. रानडे यांच्या विचारातील समता विचारांचे समर्थन केले होते. न्या. रानडे यांच्या समतेला पूरक ठरणाऱ्या कार्याची वेळोवेळी उदाहरणे दिली (मून वसंत (संपा.), १९९० : ६). डॉ. आंबेडकरांनी १९३१नंतर राष्ट्रवादाची ब्राह्मण्यवादी चौकट पूर्णपणे नाकारली होती. त्यांचा असा युक्तिवाद होता की, काँग्रेस पक्षाच्या राष्ट्रवादाची ब्राह्मण्यवादी चौकट समता विचार

आणि शोषणातून मुक्तीचा विचार स्वीकारत नाही. ही चौकट धार्मिक, जातीय वर्चस्वाचे प्रारूप स्वीकारते.

● विसाव्या शतकाच्या तिसऱ्या आणि चौथ्या दशकांमध्ये डॉ. आंबेडकरांनी काँग्रेसच्या स्वातंत्र्य चळवळीस विरोध केला. काँग्रेसची स्वातंत्र्य चळवळीतील राष्ट्रभक्ती ब्राह्मणी होती असे डॉ. आंबेडकर यांचे आकलन होते (मून वसंत (संपा.), खंड १८ (२) २०१६:३१ व ३९). १९२९मध्ये कराची येथे नेहरूंच्या नेतृत्वाखाली स्वातंत्र्याचा कार्यक्रम सुरू झाला होता. तो राष्ट्रभक्ती व राष्ट्रवादाचा एक भाग काँग्रेस मानत होती.

डॉ. आंबेडकरांना सामाजिक समता आणि सामाजिक बंधनातून मुक्ती शिवाय मिळणारे स्वातंत्र्य सर्वसमावेशक वाटत नव्हते (मून वसंत (संपा.), खंड १८ (१) २०१६ : १९०-१९१). त्यामुळे त्यांनी ८ ऑगस्ट १९३० रोजी नागपूर येथे ऑल इंडिया डिप्रेस्ड क्लासेसच्या अधिवेशनात भारताच्या संपूर्ण स्वातंत्र्याच्या मागणीला विरोध केला. सामाजिक आणि आर्थिक समतेचा विचार नसल्यामुळे त्यांनी काँग्रेसच्या संपूर्ण स्वातंत्र्याच्या मागणीला विरोध केला. मात्र वसाहती अंतर्गत स्वराज्याचा पुरस्कार केला होता. १९३७च्या निवडणुकीचे त्यांनी राष्ट्रवाद आणि सामाजिक आर्थिक समता यांचे एकत्रित विवेचन केले. १९३७मध्ये निवडणुका झाल्या, तेव्हा ११ प्रांतांत काँग्रेसचे सरकार आले. त्या ११ प्रांतांमध्ये बिले मंजूर करण्यात आली. तसेच इंडस्ट्रियल डिस्प्युट बिल मंजूर करण्यात आले होते. ही काँग्रेसची कारभाराची पद्धत त्यांना सामाजिक व आर्थिक समतेची वाटत नव्हती.

काँग्रेसने समतेचा व स्वातंत्र्याचा योग्य मेळ घातला नाही, म्हणून काँग्रेसच्या राष्ट्रभक्ती व राष्ट्रवादास त्यांनी विरोध केला. १९४३मध्ये डॉ. आंबेडकरांनी कामगार संघटनांच्या कार्यकर्त्यांना त्यांचा राष्ट्रवाद आणि काँग्रेसचा राष्ट्रवाद यांतील फरक समजून सांगितला होता. कामगार संघटनांच्या कार्यकर्त्यांना पुढे त्यांनी सुस्पष्टपणे म्हटले होते की, राष्ट्रवाद सामाजिक व आर्थिक समता देईल की नाही, याची त्यांनी खात्री करावी (मून वसंत (संपा.), खंड १८ (३) २०१६ : ४३९-४४०). म्हणजेच काँग्रेसच्या स्वातंत्र्य चळवळीत सामाजिक व आर्थिक समता हा मुद्दा राष्ट्रवादाचा भाग झाला नव्हता. डॉ. आंबेडकर सामाजिक व आर्थिक समता हा राष्ट्रवादाचा मुख्य स्रोत मानत होते. हा काँग्रेस व डॉ. आंबेडकरांच्या राष्ट्रवादामधील फरक होता.

● दुसऱ्या महायुद्धाच्या काळात त्यांनी ब्रिटिशांना सहकार्य करण्याचे कारण राष्ट्रवादापेक्षा मानवतावाद हे होते. कारण नाझी, इटलीतील फॅसिस्ट आणि जपान हे ब्रिटिशांपेक्षा अधिक धोकादायक आहेत असे विचार डॉ. आंबेडकरांनी नागपूर येथे मांडले होते (मून वसंत (संपा.), खंड १८ (३) २०१६ : ४१७). त्यांनी वंशवादी राष्ट्रवादाला विरोध केला. असेच विचार पंडित नेहरूंचेदेखील होते. त्यामुळे डॉ. आंबेडकरांनी मानवतावादी दृष्टिकोनातून ब्रिटिशांना सहकार्य केले होते.

डॉ. आंबेडकरांनी वांशिक राष्ट्रवादाच्या तुलनेत मानवतावादाचा विचार समता व स्वातंत्र्य या मूल्यांच्या आधारे मांडला होता. हे चाळिशीच्या दशकातील डॉ. आंबेडकरांच्या राष्ट्रवादाचे एक वैशिष्ट्य होते. १९४२मध्ये भारत छोडो आंदोलन सुरू झाले. महात्मा गांधीजींच्या भारत छोडो आंदोलनाच्या निर्णयाला डॉ. आंबेडकरांनी विरोध केला. डॉ. आंबेडकरांनी राष्ट्रभक्तीचे कर्तव्य अराजक निर्माण करेल अशी भूमिका मांडली होती. या प्रक्रियेतून वर्चस्वाला मदत होईल असे त्यांना वाटत होते. म्हणजेच आर्थिक, सामाजिक समता प्रस्थापित होणार नाही आणि बहिष्कृत वर्गाची शोषणातून मुक्ती होणार नाही, असा त्यांचा विचार होता.

मथितार्थ, समतावादी राष्ट्र व राष्ट्र-राज्य स्थापन होणार नाही, अशी त्यांची भूमिका होती. महात्मा गांधी, पंडित नेहरू, लोकमान्य टिळक आणि लाला लजपत राय यांच्यासारख्या भारतीय राष्ट्रवादाच्या दिग्गजांनी त्यांच्या भाषणात आणि व्यवहारात हे स्पष्ट केले की, सार्वभौम राज्यात सत्तेची पुनर्रचना पारंपरिक धर्तीवर केली जाणार होती. आधुनिक भारताच्या मानक क्षेत्रात शोषक ब्राह्मणी प्रारूपात सुधारणा, पुनस्थ्रापना, पुष्टीकरण, आधुनिकीकरण आणि हा काँग्रेसच्या राष्ट्रवादाचा उद्देश होता. यातून राष्ट्राचा स्वभाव बदलत नाही. म्हणून त्यांनी काँग्रेसप्रणीत राष्ट्र ही धारणा ब्राह्मण्यवादी व भांडवलशाही स्वभावाची आहे, असा गर्भित अर्थ स्पष्ट केला.

भारतीय राष्ट्रीय काँग्रेसच्या राष्ट्रवादी वर्गीय या महत्त्वाकांक्षेला डॉ. आंबेडकर पाठिंबा देत नव्हते; उलट ते काँग्रेसच्या राष्ट्रवादास आक्रमकपणे सामोरे गेले. यामुळे साम्राज्यवादाचे कट्टर समर्थक आणि ब्रिटिशांचे साथीदार असे डॉ. आंबेडकरांच्या विरोधकांनी त्यांचे चित्र रंगविले. काँग्रेसकडून राष्ट्रवादाच्या चर्चाविश्वावरील मक्तेदारीचा पुनरुच्चार करण्यात आला. शासक वर्गाच्या

राष्ट्रवादाला त्याच्या विभाजित जातींच्या राजकारणासह बळकट केले जात होते. तेव्हा डॉ. आंबेडकरांच्या राष्ट्रभक्तीमध्ये सर्वसमावेशक व समतावादी विचार समाविष्ट होता.

वासाहतिक राजवटीस विरोध

वासाहतिक राजवटीस विरोध हे स्वातंत्र्यपूर्व काळातील देशभक्ती मोजण्याचे एक एकक होते. दुसऱ्या महायुद्धाच्या दरम्यान डॉ. आंबेडकरांनी वासाहतिक सत्तेशी सहकार्य केले. जुलै १९४१मध्ये व्हाईसरॉयने स्थापन केलेल्या संरक्षण सल्लागार समितीमध्ये डॉ. आंबेडकरांना सामील करून घेतले. तसेच १९४२मध्ये व्हाइसरॉयच्या कार्यकारी परिषदेत कामगार सदस्य म्हणून त्यांना घेण्यात आले. डॉ. आंबेडकरांनी या घटना आणि राष्ट्रभक्ती यांचा सामाजिक व आर्थिक समतेच्या चौकटीत परस्परांशी संबंध जोडला होता, तर काँग्रेस पक्षाचे नेतृत्व डॉ. आंबेडकरांकडे केवळ स्वातंत्र्य चळवळीस डॉ. आंबेडकरांचा विरोध या दृष्टीने पाहत होते. परंतु डॉ. आंबेडकरांचा वसाहतिक राजवटीस व्यापक विरोध होता. डॉ. आंबेडकरांनी इंग्रजी राजवटीवर कठोर टीका केली होती.

डॉ. आंबेडकर यांच्या मते, 'मी तर असे म्हणेन की, इंग्रजांच्या सर्व शक्तीचा व तत्त्वांचा विचार करता तुमच्या तक्रारी निवारण करण्याची व तेथील समाजरचनेत बदल घडवण्याची आसक्तीच ब्रिटिशांजवळ नाही. जोपर्यंत तुमच्या हातात शासन सत्ता येत नाही, तोपर्यंत तुम्ही या तुमच्या दुःखाचे निवारण करू शकत नाही. आणि जोपर्यंत ब्रिटिशांचे राज्य येथे आहे, असेच कायम राहील; तोपर्यंत तुमच्या हातात शासन सत्तेचा वाटा येऊ शकत नाही, तर केवळ स्वराज्याच्या घटनेमध्ये तुमच्या हातात शासन सत्तेचा काही वाटा मिळण्याची शक्यता असून त्या वाचून तुम्ही तुमच्या लोकांना मुक्ती मिळवून देऊ शकत नाही. काही क्षणासाठी तुम्ही जर भूतकाळ विसरण्याचा प्रयत्न केला आणि भावी स्वराज्यातील काही वर्गांपासून सर्वसामान्य जनतेचे संरक्षण करण्याच्या घटनात्मक संरक्षण तरतुदींचा तुम्ही विचार केला, तर भावी स्वराज्य हा भुतांचा बाजार ठरण्याऐवजी तुमच्या हातात सत्ता येण्याची शक्यता तुम्हाला दिसून येईल आणि इतरांबरोबर तुम्हीही या देशाचे सार्वभौम राज्यकर्ते व्हाल. तुमच्या कल्याणाचा विचार करा, म्हणजे माझी खात्री आहे की स्वराज्य हे तुमचे खरे उद्दिष्ट आहे असे तुम्ही मान्य कराल.'

डॉ. आंबेडकर यांनी स्पष्ट म्हटले की 'न्याय, आर्थिक व सामाजिक सुधारणा पार पाडण्यास इंग्रज सरकार कधीही समर्थ ठरू शकत नाही. कारण, इंग्रज येण्यापूर्वी अस्पृश्यतेच्या कारणाने तुमची स्थिती अत्यंत दयनीय होती. तुमची अस्पृश्यता काढण्यासाठी इंग्रज सरकारने काहीतरी केले आहे काय? इंग्रज येण्यापूर्वी खेड्यातील विहिरीवर तुम्ही पाणी भरू शकत नव्हते. ब्रिटिश सरकारने हा तुमचा हक्क शाबीत करण्यासाठी काहीतरी प्रयत्न केले आहेत काय? इंग्रजांच्या येण्याआधी तुम्ही देवळात प्रवेश करू शकत नव्हते. आत्ताच तुम्ही प्रवेश करू शकता काय? इंग्रजांच्या आगमनापूर्वी तुम्ही पोलिसांच्या नोकरीत शिरू शकत नव्हते. इंग्रज सरकार आता तुम्हाला पोलिसातल्या नोकरीत भरती करते काय? इंग्रज येण्याआधी तुम्हाला सैन्यात नोकरी करण्याची परवानगी नव्हती. ती सुविधा आता तुम्हाला खुली आहे का? यापैकी कोणत्याही प्रश्नाला तुम्ही होकारार्थी उत्तर देऊ शकत नाही. ज्यांनी या देशावर इतक्या दीर्घ काळापावतो राज्य केले, त्यांनी काहीतरी चांगल्या गोष्टी केल्या असत्या. परंतु तुमच्या स्थितीमध्ये निश्चितपणे कोणताच मूलभूत बदल घडून आलेला नाही. ज्याबाबतीत तुमचा संबंध आहे, त्याबाबतीत ब्रिटिश येताना जशी स्थिती होती, तशीच्या तशी त्यांनी मोठ्या इमानदारीने जतन केली. ब्रिटिशांच्या काळात तुमच्या समाजरचनेतील दोषांची छिद्रे व वर्णव्यवस्थेची ठिगळे त्यांनी दुरुस्त न करता जशीच्या तशीच ठेवली. (कीर धनंजय, २००६ : १७२-१७३).

डॉ. आंबेडकर यांची ही विधाने इंग्रज राज्यकर्त्यांच्या विरोधातील होती. डॉ. आंबेडकरांनी इंग्रजनिष्ठा दाखवली नाही. उलट त्यांनी स्वशासन आणि पर-शासन यांपैकी स्वशासनाची निवड केली होती. या विधानांमध्ये देशभक्तीचा आशय सुस्पष्टपणे दिसतो.

घटनात्मक स्वरूपाची देशभक्ती

डॉ. आंबेडकरांची देशभक्तीची संकल्पना घटनात्मक स्वरूपाची होती. त्यांच्या देशभक्तीस घटनात्मक देशभक्ती म्हणून ओळखले पाहिजे. कारण दोन टप्प्यांत त्यांची घटनात्मक देशभक्तीची संकल्पना घडली आहे.

१. १९१९पासून त्यांनी घटनात्मक सुधारणांशी संबंधित देशभक्तीची भावना अभिव्यक्त केली. घटनात्मक सुधारणांच्या पद्धतीने त्यांनी देशाच्या हिताची व

देशबांधवाच्या कल्याणाची विशेष काळजी घेतली.

२. डॉ. आंबेडकरांनी भारतीय राज्यघटनेमध्ये भारतीय स्वातंत्र्य चळवळीतील राष्ट्रभक्तीचा आशय समाविष्ट केला. तसेच त्यांनी सामाजिक-धार्मिक सुधारणा चळवळीतील देशभक्तीचाही आशय भारतीय राज्यघटनेमध्ये समाविष्ट केला. या गोष्टीचे वर्णन नागरी किंवा घटनात्मक राष्ट्र असे करता येईल. यामध्ये राजकीय समुदायाची एक आधुनिक कल्पना केली गेली. राजकीय समुदायाच्याबद्दल आपल्या नैतिक कर्तव्यांची जाणीव म्हणजे राष्ट्रभक्ती असा विचार घटनात्मक देशभक्तीचा दिसतो. या प्रक्रियेत डॉ. आंबेडकरांनी नागरिकत्वाचे अधिकार, अल्पसंख्याकाच्या हक्कांना संरक्षण, कायद्याचे राज्य, जबाबदार शासनपद्धती, सामान्य लोकांचे कल्याण यांचा समावेश केला होता. त्यामुळे ही घटनात्मक नैतिक कर्तव्यांची जाणीव त्यांनी घडवली. त्यांची ही घटनात्मक देशभक्तीची धारणा घटनात्मक जीवनपद्धतीस सहमती देते. या त्यांच्या देशभक्तीमध्ये आक्रमकता व अहंकार नाही. या देशभक्तीच्या तळाशी सदसद्विवेकशक्ती काम करते. यामुळे घटनात्मक देशभक्ती ही एका अर्थाने कराराद्वारे अभिव्यक्त होते.

डॉ. आंबेडकरांच्या दृष्टीने त्यांनी मांडलेल्या सरनाम्याविषयीची कर्तव्यभावना म्हणजे देशभक्ती ठरते. त्यांनी राज्यघटनेत राष्ट्र, नागरिकत्व आणि सामाजिक न्याय यांची सांधेजोड केली. त्यांनी हा प्रयत्न घटनात्मक पद्धतीने केला. तसेच सत्तेची वाटणी विविध गटांच्या संदर्भात करण्याची भावना हा नवीन अर्थ देशभक्तीला दिला. त्यास सत्तेची पुनर्रचना म्हणता येईल. आधुनिक देशासाठी त्यांनी वैयक्तिक त्याग केला. उदाहरणार्थ १९१९पासून ते १९४७पर्यंत जवळपास वीस वर्षे त्यांच्यावरती व त्यांच्या पक्षावरती अराष्ट्रीय, इंग्रजांचे साथीदार आणि मुसलमानांचे बगलबच्चे अशा प्रकारचे धादान्त खोटे आरोप करण्यात आले होते. या वेदना त्यांनी घटनात्मक देशभक्तीसाठी सहन केल्या. या घटनात्मक देशभक्तीमुळे त्यांच्यावरील हे धादान्त खोटे आरोप दूर झाले. अराष्ट्रीयत्वाचा कलंक धुतला गेला (आंबेडकर डॉ. भि. रा., १९७६ : ७६). डॉ. आंबेडकर यांनी राज्य घटनेचा मसुदा लिहिला. त्यामुळे भारतीय जनतेचे त्यांच्याबद्दलचे मत बदलले.

समारोप

डॉ. आंबेडकरांची देशभक्तीची संकल्पना राष्ट्र, राष्ट्रक आणि राष्ट्रवाद या संकल्पनांपेक्षा वेगळी दिसते. त्यांनी देशभक्ती आणि राष्ट्र, राष्ट्रक, राष्ट्रवाद या संकल्पनांमधील सूक्ष्म फरक समजून घेतला होता. डॉ. आंबेडकरांच्या तुलनेत इतरांच्या देशभक्तीच्या संकल्पना जास्त संदिग्ध दिसतात. डॉ. आंबेडकरांची देशभक्तीची संकल्पना सुस्पष्ट असल्यामुळे पाचव्या दशकात त्यांनी राज्यघटनेत घटनात्मक देशभक्तीचा आशय विकसित केला. इतरांच्या भूमिका मात्र धूसर राहिल्या होत्या. त्यांचा हा घटनात्मक देशभक्तीचा विचार खरे तर जागतिक पातळीवरील देशभक्तीच्या संकल्पनेचा विकास करणारा आहे. डॉ. आंबेडकरांच्या नंतर जर्गेन हॅबरमास यांनी घटनात्मक देशभक्तीचा विचार मांडला आहे. काही देशांमध्ये नैसर्गिक देशभक्ती, संबंधित देशभक्ती, कराराद्वारे देशभक्ती असे विवेचन केले जाते. परंतु डॉ. आंबेडकरांच्या जीवनातील देशभक्तीची कथा आणि घटनात्मक देशभक्तीसाठीचा संघर्ष हा अस्सल भारतीय आहे.

संदर्भ

१) आंबेडकर. भि. रा. , १९७६, *असा मी जगलो* (संपादक - जनार्दन गोविंद संत), डॉ. आंबेडकर अभ्यास मंडळ, चंद्रपूर.

२) मून वसंत (संपा.), खंड १८ (भाग १,२,३) २०१६, *डॉ. बाबासाहेब आंबेडकर लेखन आणि भाषणे*, शिक्षण विभाग, महाराष्ट्र शासन, मुंबई.

३) कीर धनंजय, १९९०, *डॉ. बाबासाहेब आंबेडकर* (सातवी आवृत्ती), पॉप्युलर प्रकाशन, मुंबई.

४) खैरमोडे चांगदेव, १९५८, *डॉ. भीमराव रामजी आंबेडकर चरित्र, द्वितीय खंड* (सन १९२० ते १९३० पर्यंत), बौद्धजन पंचायत समिती, मुंबई.

५) खरात शंकरराव, १९९०, *डॉ. बाबासाहेब आंबेडकरांची पत्रे* (कर्मवीर भाऊराव उर्फ दादासाहेब गायकवाड यांना), इंद्रायणी साहित्य पुणे.

६) Primoratz Igor, 2020, Patriotism, The *Stanford Encyclopedia of Philosophy,* Stanford University.

काश्मिरियत

काश्मिरियत ही सामाजिक व धार्मिक सलोख्याने जीवन जगण्याची एक पद्धत आहे. जम्मू-काश्मीरमध्ये काश्मिरियत पन्नास, साठ आणि सत्तरच्या दशकात प्रभावी होती. या तीस वर्षांमध्ये जम्मू-काश्मीरचे सामाजिक जीवन काश्मिरियतच्या संवेदनशील नात्यांनी बांधलेले होते. भारतीय स्वातंत्र्यसंग्रामातून भारताला काश्मिरियत हा दृष्टिकोन मिळाला होता. भारतीय स्वातंत्र्याच्या अमृत महोत्सवी वर्षांत मात्र या संकल्पनेचा प्रवास फारच खडतर झालेला दिसतो.

ऐंशीच्या दशकापासून नंतरच्या काळात काश्मिरियतविरोधी भूमिका जाणीवपूर्वक घेतल्या गेल्या. जवळपास बेचाळीस वर्षं काश्मिरियत आणि काश्मिरियतविरोधी शक्ती यांच्यामध्ये राजकीय संघर्ष सुरू आहे. काश्मिरियत हा वस्तुस्थितीतील भारतीय आदर्श होता, परंतु आजच्या घडीला राजकीय घडामोडींमुळे काश्मिरियत जवळपास दृष्टीटप्प्यांच्या बाहेर गेली आहे. ही प्रक्रिया राजकीय सत्तासंघर्षाचा एक भाग म्हणून घडत गेली आहे. अहिंसेवरती हिंसेने आक्रमण केले. हे सत्तरीच्या नंतर दिसते. सत्तरीच्या आधी जवळपास वीस वर्षं काश्मिरियतचे राजकारण घडत होते. अटलबिहारी वाजपेयी यांनी काश्मिरियतचे राजकारण घडवण्याचा प्रयत्न केला. पंडित नेहरू, लालबहादूर शास्त्री आणि अटलबिहारी वाजपेयी अशा तीन पंतप्रधानांनी काश्मिरियतची संकल्पना राजकारणात प्रवाहित ठेवली. आजच्या घडीला ही परीकथेतील

कल्पना ठरली आहे. यामुळे काश्मिरियतच्या राजकारणाचा ऱ्हास कसा घडत गेला, हे पाहणे मोठे जिज्ञासेचे ठरते.

सत्तरीच्या दशकातील आव्हान

सत्तरीच्या दशकात आक्रमक राजकारणाची सुरुवात झाली. या घडामोडींमुळे काश्मिरियतला सत्तरीच्या दशकांच्या सुरुवातीला आव्हान मिळत गेले. यांची महत्त्वाची उदाहरणे पुढीलप्रमाणे आहेत.

- इंदिरा गांधींनी बांगलादेशाची निर्मिती केली. त्यानंतर त्यांची 'इंदिरा इज इंडिया' व 'इंदिरा म्हणजे दुर्गा देवी' अशी प्रतिमा कल्पिली गेली. विशेषतः बरुआ यांनी 'इंदिरा इज इंडिया' अशी घोषणा दिली; तर अटलबिहारी वाजपेयी यांनी 'दुर्गा' ही प्रतिमा वापरली होती. या घडामोडींमुळे आक्रमक राजकारणाची सुरुवात झाली. या परिणामी, काश्मिरियतच्या समोर आक्रमक राजकारणाचे मोठे आव्हान उभे राहिले.

- झिया उल हक यांनी भारताच्या या आक्रमक राजकारणाला प्रत्युत्तर देण्यासाठी हिंदू-मुस्लीम ध्रुवीकरणाचा प्रकार वापरला. त्यांनी मुस्लिमांना जास्तीत जास्त आक्रमक क्षेत्रात ओढून घेतले आणि ढकललेदेखील. यामुळे काश्मिरियत प्रचंड अडचणीत आली.

- १९७५मध्ये शेख अब्दुल्ला व इंदिरा गांधी यांच्यामध्ये समझोता झाला; परंतु सामाजिक सलोखा राखण्यासाठी या गोष्टीचा फारास उपयोग झाला नाही.

काश्मिरमधला परंपरागत हिंदू-मुस्लीम सामाजिक सलोखा अडचणीत आला. दुसऱ्या शब्दात काश्मिरियत, जम्मूरियत, सामाजिक सलोखा, धार्मिक सलोखा यांचा बळी राजकारणात दिला गेला.

ऐंशीच्या दशकातील आव्हाने

ऐंशीच्या दशकात राजकीय क्षेत्रात काश्मिरियत, जम्मूरियत, सामाजिक सलोखा, धार्मिक सलोखा यांच्यापुढे प्रचंड मोठी आव्हाने उभी राहिली, जी आधीपेक्षा जास्त व्यापक व मोठी होती.

पुढील उदाहणांवरून हे स्पष्ट होते :

- सूफी संत हे सहिष्णुतेला प्राधान्य देणारे असतात. मात्र सूफी विचार दुर्बल

केला गेला. पीर किंवा फकीर यांच्यावरील श्रद्धा कमी झाली. यामुळे सहिष्णुता कमी कमी होत गेली.

- १९८४मध्ये फारूक अब्दुल्ला यांचे जवळचे नातेवाईक गुल शाह यांच्याकडे सत्ता गेली. त्यांचे व्यक्तिमत्त्व आक्रमक होते. त्यांनी काश्मिरियतला पाठिंबा दिला नाही. १९८६मध्ये हिंदु-मुस्लीम दंगली झाल्या त्यामुळे काश्मिरियत अडचणीत आली.

- १९८७ मध्ये निवडणुका घेण्यात आल्या. या निवडणुकांमध्ये राजकीय प्रामाणिकपणा (इमानदारी) नव्हता. यामुळे या गोष्टीचा फायदा घेऊन आयएसआयसारखी संघटना विस्तारत गेली. या गोष्टीचा परिणाम म्हणजे शांततेचा ऱ्हास होत गेला. तसेच काश्मिरियतचादेखील ऱ्हास होत गेला. यामुळे सामाजिक सलोखा आणि धार्मिक सलोखादेखील बराच कमी झाला.

काँग्रेस ऱ्हासाचा कालखंड (१९८९-२०२२)

१९८९-२०२२ या ३२ वर्षांच्या कालखंडात काँग्रेसपक्षाचा हळूहळू ऱ्हास होत गेला. या काळात नेतृत्वाचादेखील ऱ्हास घडून आला होता. इंदिरा गांधींनंतर भारताला प्रभावी राजकीय नेतृत्व मिळाले नाही. राजीव गांधींच्या काळात नेतृत्वाची एक पोकळी निर्माण झाली. कारण राजीव गांधी यांना भारतीय समाजाचे राजकीय, सामाजिक ताणेबाणे, भाव-पातळीवरील राजकारण पुरते ज्ञात नव्हते. यामुळे काश्मिरियत व जम्मूरियत या संकल्पनांचा ऱ्हास सुरू झाला. याची काही महत्त्वाची उदाहरणे पुढील आहेत, त्यात-

- राष्ट्रीय पातळीवरील नेतृत्वाच्या पोकळीच्या वेळी काश्मीरमध्येदेखील नेतृत्वाची पोकळी निर्माण झाली. जम्मू-काश्मीर म्हणजे काय आहे, तिथली सामाजिक आर्थिक रचना व परस्परसंबंध नेमके कसे आहेत, याचे नेमके आकलन असणारे राष्ट्रीय नेतृत्व राहिले नाही. यामुळे काश्मीरमधील सामाजिक सलोखा आणि धार्मिक सलोखा नेतृत्वाला समजला नाही.

- या पार्श्वभूमीवर भारतात विश्वनाथ प्रताप सिंग यांचे सरकार स्थापन झाले. या सरकारला भाजपचा पाठिंबा होता. परंतु विश्वनाथ प्रताप सिंग यांची भूमिका मंडलवादी-तळागाळातील लोकांना राजकीय/सामाजिकदृष्ट्या आरक्षण देऊन त्यांच्या प्रगतीसाठी सक्षम करण्याची होती; तर लालकृष्ण

अडवाणी आणि अटलबिहारी वाजपेयी यांची भूमिका हिंदुत्ववादी होती. मंडल आयोग आरक्षण आणि हिंदुत्व या दोन मतप्रवाहांमध्ये राजकीय वाद उभा राहिला. तेव्हा काश्मीरमध्ये काश्मिरियत अडचणीत येत गेली.

- मुक्ती मोहम्मद गृहमंत्री असताना (१९८९), यांच्या रुबैया नावाच्या मुलीचे अपहरण झाले. तिला सोडवण्यासाठी कैदेतील काही दहशतवाद्यांना मुक्त करावे लागले, दहशतवादापुढे देश झुकतो, राजकीय नेतृत्व बोटचेपे आहे, असे चित्र उभे राहिले. परिणामी तेव्हा सरकार दुबळे झाले, आणि काश्मिरियतच्या विरोधात आक्रमक शक्ती प्रबल झाल्या.

- १९८६मध्ये जगमोहन हे जम्मू-काश्मीरचे राज्यपाल होते. जगमोहन आणि जॉर्ज फर्नांडिस यांच्यातील राजकीय संघर्ष यामुळे काश्मीरमधील हिंसेचा प्रश्न सोडवला गेला नाही, उलट हिंसा वाढत गेली. या प्रक्रियेमधूनदेखील काश्मीरमधील काश्मिरियत अडचणीत आली.

- साडेतीन ते पाच लाख काश्मिरी पंडितांचे या काळात स्थलांतर घडले. काश्मिरियत ही जीवन जगण्याची पद्धत जवळपास संपुष्टात आली.

- १९९९मध्ये अटलबिहारी वाजपेयी यांचे संवेदनशील नेतृत्व राष्ट्रीय पातळीवर सत्तेवर आले. त्यांना जम्मू-काश्मीरमधील सामाजिक पार्श्वभूमी नेमकेपणाने माहीत होती. १९९९ ते २००४ या दरम्यान वाजपेयींनी काश्मीरमध्ये काश्मिरियत राबवण्याचा प्रयत्न केला. त्यांनी लोकशाही, सहिष्णुता, धार्मिक सलोखा या तत्त्वांना अग्रक्रम दिला; तरीही काश्मिरी पंडितांचा प्रश्न पूर्णपणे सोडवला गेला नाही.

- अटलबिहारी वाजपेयी यांच्यानंतर पंजाबियतची माहिती असणारे मनमोहन सिंग पंतप्रधान झाले. त्या काळात हिंसेचा प्रश्न फारसा चिघळला नसला, तरी काश्मिरी पंडितांचा प्रश्नही सुटला नाही.

- मुफ्ती मोहम्मद सईद यांची मुलगी मेहबूबा मुफ्ती यांनी भाजपबरोबर आघाडी करून सरकार स्थापन केले (२०१६-२०१८). या कालखंडातदेखील काश्मिरी पंडितांचा प्रश्न सोडवला गेला नाही.

- ऐंशीच्या दशकापासून एकविसाव्या शतकातील तिसऱ्या दशकापर्यंत काश्मिरियत अडचणीत येत गेली. म्हणजेच थोडक्यात काश्मिरियत म्हणजे लोकशाही, धार्मिक सलोखा, सहिष्णुता या चौकटीतील राजकारण होते.

त्या जागी आज राजकीय संघर्षाचे राजकारण उभे राहिले आहे. म्हणजे आज-काल काश्मिरियत व जम्मूरियतचे राजकारण हद्दपार झालेले दिसते. भारतीय स्वातंत्र्याच्या अमृतमहोत्सवप्रसंगी काश्मिरियतचे राजकारण करावे की काश्मिरियत व जम्मूरियतविरोधी राजकारण करावे? या दोन्हीपैकी कोणाची निवड करावी? हा एक यक्षप्रश्न निर्माण झाला आहे.

पंजाबियत

पंजाबियत ही संकल्पना भारतीय राजकारणात प्रभावी ठरलेली आहे. ही संकल्पना राजकारण घडवण्यामध्ये कृतिशील असल्याचेदेखील दिसते. या संकल्पनेमुळे पक्षीय राजकारण आणि नागरी समाजाचे राजकारणदेखील बदललेले आहे. पंजाबियत म्हणजे नेमके काय, या प्रश्नाचे उत्तर व्यापक स्वरूपाचे आहे. कारण ही संकल्पना भारत या संकल्पनेचा विस्तार आहे. विशेषतः पंजाबियत या संकल्पनेला नागरी समाजातील घडामोडींचे संदर्भ आहेत. दुसऱ्या शब्दात ही संकल्पना अमूर्त नाही. पंजाबियत हे एक ठोस सामाजिक-राजकीय वास्तव आहे. तसेच प्रक्रियेच्या अर्थाने एक चळवळ आहे. बुद्धिजीवी आणि साहित्यिक व्यक्तींनी मांडलेली ही केवळ संकल्पना नाही. भारत-पाकिस्तानी शांततावाद्यांचे इच्छा स्वप्न आहे. एक मोहक कल्पना आहे. यामुळे या संकल्पनेचा उगम कसा झाला हे पाहणे उपयुक्त ठरते.

पंजाबियतचा उगम

पंजाबियत ही संकल्पना राजकीय, सामाजिक, आर्थिक, सांस्कृतिक प्रक्रियेतून घडलेली आहे. या संकल्पनेच्या उदयाच्या प्रक्रियेचे पुढील टप्पे महत्त्वाचे आहेत.

● पंजाबियत संकल्पनेचा उदय एकोणिसाव्या शतकात झाला. विशेषतः १७९९

ते १८४९ या काळात पंजाब ही ओळख अधोरेखित केली गेली. सार्वभौम राज्यसंस्थेच्या ओळखीतून पंजाबियत ही संकल्पना अस्तित्वात आली. यामुळे ही संकल्पना राजकीय आणि भौगोलिक या स्वरूपात आरंभी व्यक्त झाली.

- पंजाबी भाषेतून एक समृद्ध साहित्यिक वारसा असलेली भाषा म्हणून पंजाबियत ही संकल्पना आकाराला आली. पंजाबी भाषा आणि पंजाबी साहित्य हा पंजाबियत संकल्पनेचा आधार आहे.

- भारत आणि पाकिस्तान या दोन्ही देशांत पंजाबी भाषिक ओळख आहे. दोन्हीही देशांची प्रादेशिक ओळख ही पंजाबी आहे. यामुळे भारतीय पंजाबी आणि पाकिस्तानी पंजाबी यांना जोडणारा दुवा पंजाबियत आहे.

- भारतीय आणि पाकिस्तानी पंजाबी आणि जागतिक पंजाबी डायस्पोरा (Diaspora) यांचा समावेश असलेली एक आंतरराष्ट्रीय भाषिक आणि सांस्कृतिक ओळख उदयास आली आहे. या प्रक्रियेचा आधार 'संस्कृती' हा आहे. संस्कृती ही संकल्पना व्यापक आहे. या संकल्पनेमध्ये भाषा, अन्न, पेहराव, सण, संगीत, नृत्य, विनोद आणि आनंदाच्या घटना (लग्न किंवा जन्माशी संबंधित) आणि दुःखद घटना (मृत्यू) यांचा समावेश केला जातो (प्रीतम सिंग, ०१ मे २०१०). ही संकल्पना वर्चस्वाच्या विरोधात काम करते. त्या कामाचे स्वरूप आम सहमतीला जन्मास घालणारे आहे.

वर्चस्वाला विरोध

पंजाबियतचा एक अर्थ वर्चस्वाला विरोध हा आहे. ही संकल्पना मानवतावाद आणि अध्यात्म या दोन गोष्टींचा पुरस्कार करते. याबरोबरच सामाजिक वर्चस्वाचे विविध स्तर अमान्य करते. या संदर्भातील काही निवडक उदाहरणे पुढील आहेत.

- पाकिस्तानात उर्दूच्या वर्चस्वाच्या विरोधात पंजाबी भाषेचा वापर केला जातो. पंजाबी भाषा म्हणजे अधिकार असा अर्थ घेतला जातो. ही एक वर्चस्वाच्या विरोधातील चळवळ आहे.

- भारतात, पंजाबियतकडे शीख आणि पंजाबी हिंदूंना एकमेकांच्या जवळ आणण्याची संकल्पना म्हणून पाहिले जाते. या विचारांमध्ये सामाजिक

सलोखा अध्याहृत आहे. शीख अलिप्ततावाद आणि पंजाबी हिंदू समुदायाच्या मातृभाषेपासून दूर राहण्याच्या विरोधात ही चळवळ उभी राहिली.

- हे दोन संकल्पना सर्व पंजाबींचे एक सामायिक सांस्कृतिक विश्व आहे. पंजाबियत संकल्पनेचे बदलते स्वरूप हे पंजाबी लोकांच्या ऐतिहासिक उत्क्रांतीचा एक व्यापक दृष्टिकोन आहे. सामान्य पंजाबी ओळखीसाठी ठोस साहित्य आणि नैतिक आधार आहेत.

- पंजाबी जीवनाचे तीन पैलू आहेत. धर्म, भाषा आणि लिपी या तीन घटकांनी पंजाबी अस्मिता बनते. १५ व्या शतकात शीख धर्माचा उदय झाला आणि त्यानंतरच्या उत्क्रांतीमुळे पंजाबी अस्मितेचा विस्तार केला गेला. या अर्थाने धर्म, भाषा आणि लिपी यांच्या प्रभावाच्या पद्धती निर्णायकपणे आकाराला आल्या. शीख धर्माने गुरू नानक (१४६९-१५३९) यांचे उत्तराधिकारी गुरू अंगद (१५०४-५२) यांच्या काळात पंजाबी भाषेची लिपी म्हणून गुरुमुखीची ओळख करून दिली. यामुळे संस्कृत आणि अरबी या जुन्या पवित्र भाषांच्या विरोधात गुरुमुखी लिपीमध्ये लिहिलेल्या पंजाबी भाषेचा दर्जा उंचावला. भौगोलिक स्थान, आर्थिक जीवनपद्धती, सांस्कृतिक वैशिष्ट्ये, पंजाबी भाषेचा विकास आणि तिची स्वतःची लिपी आणि विशिष्ट पंजाबी धर्माचा उदय या सर्वांनी पंजाबी ओळख निर्माण करण्यासाठी विविध मार्गांनी हातभार लावला.

- १७९९मध्ये महाराजा रणजित सिंग यांच्या नेतृत्वाखाली पंजाबच्या सार्वभौम राज्याचा उदय झाला. हा एका विशिष्ट पंजाबी अस्मितेच्या उत्क्रांतीचा क्षण होता. या टप्प्यावर, ही प्रक्रिया राष्ट्रीय अस्मितेचा आविष्कार होता. विशेषत: ही एक राजकीय घडामोड होती. शेवटी शिखांनी स्वतःचे एक सार्वभौम राज्य स्थापन केले. एकोणिसाव्या शतकाच्या पूर्वार्धात पंजाब हे एक सार्वभौम राज्य म्हणून अस्तित्वात होते (१८४९). ते नंतर ब्रिटिशांनी भारतीय साम्राज्यात विलीन केले. १७९९मध्ये सार्वभौम पंजाबी राज्याच्या उदयानंतर, संयुक्त पंजाबी ओळख त्याच्या शिखरावर पोहोचली, तर १८४९मध्ये या राज्याच्या विघटनाने एकसंध पंजाबी ही ओळख नष्ट होण्याची आणि फुटण्याची प्रक्रिया सुरू झाली. पंजाबी ओळखीच्या पुढे राजकीय पेचप्रसंग उभे राहिले. पंजाबी ओळख राजकीय वर्चस्वाच्या विरोधात संघर्ष करत होती, असे यावरून दिसते.

राजकीय पेचप्रसंग

एकोणिसाव्या शतकाच्या मध्यापासून पंजाबी अस्मिता अडचणीत येत गेली. पंजाबी अस्मितेमधून व्यक्त होणारी एकी कमी होत गेली. पंजाबी अस्मितेला तिची दृढता, सुसंगतता आणि उद्दिष्टाला सर्वांत महत्त्वाचा अंतर्गत धोका पत्कराावा लागला. याची कारणे गुंतागुंतीची आहेत.

● प्रमुख कारण म्हणजे पंजाबी राष्ट्राने स्वतःचे सार्वभौम राज्य गमावले. यामुळे राजकीय सार्वभौमत्व आणि राजकीय परावलंबित्व असा पेचप्रसंग निर्माण झाला.

● सर्वांत शक्तिशाली साम्राज्यवादी राज्यावरच्या आर्थिक, राजकीय आणि सांस्कृतिक हल्ल्यामुळे पंजाबी लोकांना वेदनादायक अनुभव आला. विशेषतः वसाहतवादी राज्याच्या वाढत्या लष्करी, आर्थिक आणि सांस्कृतिक सामर्थ्याला कोणताही एकत्रित प्रतिकार केला गेला नाही. पंजाबी पराभूत आणि निराश झाले. राजकीय प्रतिकाराच्या अभावामुळे एक नवीनच पेचप्रसंग उभा राहिला.

● किरकोळ आर्थिक अडचणी आणि सवलतींसाठी पंजाबी झुंजताना दिसले. पंजाबी मुस्लीम आणि शीख मोठ्या संख्येने साम्राज्यवादी सैन्यात सामील झाले. पंजाबी हिंदू नागरी सेवा, वसाहती प्रशासन आणि व्यापाराच्या संधींमध्ये सामील झाले. पंजाबी समाजातील धार्मिक परंपरांनी विद्यमान व्यावसायिक विभागदेखील अधिक मजबूत आणि मोठे बनले.

पंजाबी मुस्लिम आणि पंजाबी शीख हे कृषी अर्थव्यवस्थेत अधिक झोकून देणारे होते. तर पंजाबी हिंदूंनी सेवा क्षेत्रात शिरकाव केला आहे. याची सुरुवात वसाहतवादी धोरणामधून झाली. कारण पंजाबमधील वसाहतवादी राज्यकर्त्यांनी हाती घेतलेल्या सर्वांत महत्त्वाकांक्षी राजकीय-आर्थिक विकास प्रकल्पांपैकी एक म्हणजे पंजाबच्या पाच प्रमुख नद्यांच्या दरम्यानच्या प्रदेशात विकास सुरू झाला. कालवा हे त्यांचे माध्यम ठरले. विकासामुळे शेतकरी, सैनिक, व्यापारी आणि लोकांना आकर्षक संधी उपलब्ध झाल्या. बहुसंख्य व्यावसायिक शेतकरी आणि सैनिक मुस्लीम आणि शीख होते. बहुसंख्य व्यापारी आणि व्यावसायिक हिंदू होते. यामुळे पंजाबी ही ओळख आणखी विस्कळित झाली.

१८४०च्या अँग्लो-पंजाब युद्धामध्ये शौर्याने प्रतिकार केल्याबद्दल शाह मोहम्मदच्या गीतात्मक कवितेत साजरे केलेले पंजाबी राष्ट्र आता फक्त एक दशकानंतर, त्याच्या भूतकाळातील वैभवाचा निषेध म्हणून उभे राहिले. संमिश्र पंजाबी अस्मितेचा प्रकल्प मृतावस्थेत गेला. निदान काही काळ तरी सावरण्याची चिन्हे दिसत नाहीत. प्रतिकाराचे तुरळक आणि पृथक प्रयत्न झाले.

पंजाबी अस्मितेचे नव्याने एकीकरण

१९व्या शतकाच्या उत्तरार्धात पंजाबी ओळख सांगणाऱ्या सांस्कृतिक आणि राजकीय-आर्थिक अशा दोन भिन्न प्रवृत्ती दिसून आल्या.

- शाही राज्यकर्त्यांनी ख्रिस्ती धर्माच्या प्रसाराच्या विरोधात धार्मिक सुधारणावादी चळवळींच्या उदयास पाठिंबा दिला. त्यांनी मुस्लिम, हिंदू आणि शीख असे तीन प्रकारचे धार्मिक विखंडन पाहिले. सिद्धान्तानुसार, हा प्रतिकार पंजाबी ऐक्याचा आधार असू शकतो (प्रीतम सिंग).

- व्यवहारात याचा परिणाम धार्मिक ओळखी आणि भौगोलिक सीमा धारदार करण्यात झाला. यापूर्वी पंजाबी अस्मिता जवळजवळ दुर्लक्षित राहिलेल्या होत्या, परंतु पंजाबी अस्मितेच्या भागाला जन्म देण्यामध्ये धार्मिक ओळख आणि भौगोलिक सीमा धारदार होण्याच्या प्रक्रियेचे योगदान महत्त्वपूर्ण ठरले.

- पंजाबमध्ये साम्राज्यवादी सांस्कृतिक प्रवेशाच्या प्रक्रियेने पंजाबी ओळखीच्या पंजाबी ख्रिश्चन या चौथ्या धार्मिक घटकाला जन्म दिला. पंजाबी भाषेत आधुनिक छपाई तंत्र आणि सुविधा उभारण्यात ख्रिस्ती मिशनरी अग्रेसर होते. बहुतेक पंजाबी ख्रिश्चन हे पूर्वाश्रमीचे दलित होते. हे पंजाबी ख्रिश्चन हा पंजाबी समुदायाचा एक महत्त्वाचा भाग आहेत, हा समाज पंजाबी भाषेच्या संवर्धनासाठी वचनबद्ध आहे, असे दिसते. पंजाबी अस्मितेचे तुकडे होण्यास विरोध करणारी दुसरी प्रवृत्ती राजकीय-आर्थिक क्षेत्रात उदयास आली होती. पंजाबमध्ये युनियनिस्ट पक्षाच्या उदयामुळे ही प्रक्रिया घडून आली. हा एक पंजाबी अस्मितेचा सामाजिक समझोता होता.

- मुख्य धार्मिक समुदायांची (हिंदू पंजाबी, मुस्लीम पंजाबी, ख्रिश्चन पंजाबी), शेतकरी वर्गांची व विशेषत: उच्चभ्रू वर्गांची वर्ग-आधारित राजकीय युती झाली होती.

युनियनिस्ट पक्षाने स्वतंत्र पंजाब संकल्पनेच्या व्यतिरिक्त, भारत आणि पाकिस्तानच्या मागणीच्या पलीकडे तिसरा मार्ग शोधण्याचा प्रयत्न केला. १९४२ ते १९४७ या काळात युनिफाइड पंजाबचे शेवटचे पंतप्रधान आणि पंजाब युनियनिस्ट पार्टीचे नेते खिजर हयात खान तिवाना यांनी पंजाबी राष्ट्रवादी दृष्टिकोनातून मुहम्मद अली जिना यांच्या फाळणीच्या मागणीला विरोध केला. अखंड पंजाब वाचवण्याचा शेवटचा प्रयत्न त्यांनी केला. त्यांनी इंग्रजांना पंजाबचे स्वतंत्र राजकीय अस्तित्व तयार करण्याचा त्यांचा प्रस्ताव स्वीकारण्यास प्रवृत्त करण्याचा प्रयत्न केला. भारत आणि पाकिस्तान या दोन्हीपेक्षा वेगळा पर्याय त्यांनी दिला.

१८४९मध्ये विलीन केलेले सार्वभौम पंजाबी राज्य पंजाबींना परत मिळण्याची एक छोटीशी संधी होती. तथापि, १९४७च्या घटनांनी पंजाबची शोकांतिका आणखी वाढवली. १८४९मध्ये पंजाबने आपले सार्वभौमत्व गमावले होते. परंतु त्यांनी किमान त्याचे एकसंध अस्तित्व अबाधित ठेवले होते. ते एकसंध पंजाबी अस्तित्व १९४७मध्ये गमवावे लागले. भारत आणि पाकिस्तानच्या उदयाने पंजाब अतिशय भिन्न परिस्थितीत दोन भागात विभागणी झाली. पाकिस्तानी प्रांत-पंजाब प्रांत पाकिस्तानात राजकीयदृष्ट्या प्रबळ झाला. विशेषतः शरणागतीची प्रक्रिया घडून आली. प्रादेशिक पंजाबी अस्मिता आणि पंजाबी भाषेच्या दाव्यात सांस्कृतिक शरणागती दिसते. भारतीय पंजाब, भारतीय संघराज्यातील तुलनेने लहान राज्य झाले.

पंजाबी भाषिक राज्याच्या निर्मितीसाठी २० वर्षांची जोरदार लढाई झाली. परंतु एकूण मांडणीत ते राजकीयदृष्ट्या किरकोळ राहिले. भारतीय पंजाबने धर्मनिरपेक्ष भारतीय राष्ट्रवाद, हिंदू राष्ट्रवाद, शीख राष्ट्रवाद आणि मार्क्सवादी आंतरराष्ट्रीयवाद यांच्यात एकमेकांशी आणि मोठ्या पंजाबी ओळखीशी संबंधित दावे केले आहेत. ही प्रचंड गुंतागुंतीची प्रक्रिया घडली. परंतु या प्रक्रियेत पंजाबी अस्मिता विकसित झाली.

डायस्पोरा आणि नागरी समाज

डायस्पोरा म्हणजे व्यवसाय, जीव वाचवणे वा अन्य कारणांसाठी केलेलं स्थलांतर. फाळणीनंतर पंजाबी लोकांचे खूप वेगवेगळ्या ठिकाणी स्थलांतर

झाले, त्यामुळे डायस्पोराचा उदय आणि पंजाबी अस्मिता यांचे स्वरूप एकत्रित पाहिले पाहिजे. शांतपणे आणि हळूहळू पंजाबी अस्मितेशी संबंधित डायस्पोरा एक शक्ती उदयास आली. १९६०च्या दशकापासून, पंजाबी लोकांचे पश्चिमेकडे स्थलांतर झाले. स्थानिक आणि सांस्कृतिक स्थलांतर झाल्यामुळे पंजाबी अस्मितेचे समान परिमाण मांडण्यासाठी एक नवे विश्व खुले झाले आहे. डायस्पोराचा एक भाग त्या ओळखीतील सांप्रदायिक धार्मिक विभागांना स्पष्ट करण्यात एक प्रमुख खेळाडू बनण्याची घटना याला समांतर आणि विरोधी आहे.

जागतिक अर्थव्यवस्थेच्या आणि माध्यमांच्या जागतिकीकरणाच्या वेगवान प्रक्रियेत डायस्पोराच्या विरोधाभासी आवाजाला विशेष महत्त्व प्राप्त झाले आहे. जागतिकीकरणाच्या प्रक्रियेने भारत, पाकिस्तान आणि उर्वरित जगामध्ये वस्तू आणि संकल्पनांच्या देवाणघेवाणीसाठी आणि काही प्रमाणात कामगारांसाठी आत्तापर्यंतच्या अज्ञात संधी उघडल्या आहेत. या बदल्यात, भारतीय पंजाब आणि पाकिस्तानी पंजाब यांच्यातील वाढत्या व्यापार संबंधांमुळे, आर्थिक लाभाच्या प्रलोभनांमुळे सामान्य पंजाबी वारसा आणि ओळख यांचा पुनर्विचार करण्याची प्रक्रिया सुरू झाली आहे.

पंजाबियतच्या राजकीय अर्थव्यवस्थेचा तर्क अशा प्रकारे सत्तेच्या ताज्या शक्यतांना धरून असल्याचे दिसते. जागतिक पंजाबी ही ओळख निर्माण करण्यासाठी संभाव्य उत्प्रेरक म्हणून त्यांच्या सामर्थ्याची जाणीव झाल्यामुळे, जागतिक पंजाबी डायस्पोराची कल्पनाशक्ती अचानक वाढली आहे. जागतिक पंजाबी परिषदेचे आयोजन हे जागतिक पंजाबी ओळखीच्या प्रकल्पासाठी कृतीचे थिएटर बनले आहे. पंजाबी भाषेतील विविध लिपींमधील झटपट भाषांतरांच्या नवीन तांत्रिक शक्यतांमुळे दळणवळणाचे अनेक अडथळे आणि राष्ट्रीय सीमा दूर झाल्या आहेत. मासिके एकाच वेळी वेगवेगळ्या लिपींमध्ये पंजाबी साहित्य प्रकाशित करू लागली आहेत.

सामान्य पंजाबी ओळखीच्या या पुनर्शोधनामुळे भारतीय आणि पाकिस्तानी राष्ट्रवादाच्या अनेक संवेदना अस्वस्थ होतात. ज्यांना या दोन राष्ट्रांच्या वैधतेची संभाव्य टीका म्हणून चिंताग्रस्तपणे पाहिले जाते. दुसरीकडे पंजाबी राष्ट्रवादी जागतिकीकरणामुळे राष्ट्र-राज्य कमकुवत होण्याच्या संभाव्यतेमुळे त्यांना फायदे मिळू लागले आहेत. भारतीय आणि पाकिस्तानी राष्ट्रवादींची अस्वस्थता आणि

पंजाबी राष्ट्रवादींचा आनंद या दोन्ही गोष्टी 'ओव्हरप्ले' केल्या जाऊ शकतात; तथापि, जागतिकीकरण ही अनिश्चित परिणामांसह एक विरोधाभासी आणि गुंतागुंतीची प्रक्रिया आहे.

संमिश्र संस्कृती

पंजाबियत या संकल्पनेत संमिश्र स्वरूपाची संस्कृती उदयास आली आहे. ही मिश्र संस्कृती एका अर्थाने नागरी समाजाचा भाग आहे.

- भांडवलशाहीअंतर्गत इतर सर्व सामाजिक घटकांप्रमाणे, डायस्पोरा अत्यंत भिन्न आहे. हे जागतिक पंजाबींच्या बाबतीत खरे आहे. धर्म, जात, भाषा आणि लिपी यांच्यातील फाटेच नाहीसे झाले, आणि हे घटक मातृभूमीपेक्षा डायस्पोरामध्ये अधिक मजबूत झाले आहेत. डायस्पोरामधील पंजाबी लोकांच्या नवीन पिढ्या जगण्याच्या नवीन पद्धतींचा प्रयोग करत आहेत. त्या केवळ धर्म आणि जातीच्या अडथळ्यांना ओलांडण्याचा प्रयत्न करत नाहीत, तर इतर असंख्य संस्कृतींशी कलात्मक आणि सामाजिक संबंध जोडण्याचा प्रयत्न करीत आहेत. भांगडा संगीत हा पंजाबी आणि या नवीन संकरित ओळखींचा केंद्रबिंदू बनला आहे. तसेच विविध लिपींमध्ये पंजाबी भाषा शिकण्याची नवीन आवड निर्माण केली जात आहे.

- सिनेमा, साहित्य आणि संगीतात पंजाबी भाषा आणि संस्कृतीच्या लोकप्रिय आवाहनामुळे सामायिक पंजाबी ओळखीला मोठ्या प्रमाणात चालना मिळाली आहे. बॉलीवूड हे सामायिक पंजाबी संस्कृतीच्या उत्सवाचे ठिकाण आणि वाहक बनले आहे. काही आघाडीच्या बॉलीवूड निर्मिति आणि दिग्दर्शकांना (यश चोप्रा) चित्रपटाच्या कथनात पंजाबी सांस्कृतिक थीम समाविष्ट करून यशाचे सूत्र सापडले आहे. अगदी सरदारांच्या प्रतिमेतही बदल झाला आहे. सिंग आता एक राजा, शक्तिशाली, स्मार्ट, आणि ग्लॅमरस आहे. बॉलीवूडचा चित्रपट पंजाबमध्ये आणि पंजाबी डायस्पोरामध्ये चांगला चालला तर तो व्यावसायिकदृष्ट्या यशस्वी मानला जातो; तर पाकिस्तानातील पंजाबच्या मोठ्या बाजारपेठेने सामायिक पंजाबी संस्कृती उत्सवी व व्यापक करण्याच्या आर्थिक आकर्षणात आणखी भर घातली आहे.

नागरी समाज आणि राजकारण

भारत आणि पाकिस्तान या दोन्हीही राष्ट्रांमध्ये नागरी समाजाचे म्हणून एक राजकारण उभे राहिलेले आहे. या राजकारणाचा तात्त्विक आधार पंजाबियत हा दिसतो. या संदर्भातील अनेक उदाहरणे ऐंशीच्या व नव्वदीच्या दशकापासून पुढे घडताना दिसून आली आहेत.

- धालीवाल यांनी पंजाबी रंगमंच स्थापन केला होता. या रंगमंचाने पूर्व पंजाब आणि पश्चिम पंजाब यांना जोडण्यासाठी नाटकांची निर्मिती केली. या त्यांच्या प्रयत्नामध्ये पंजाबियत संकल्पना मध्यवर्ती होती. त्यांनी 'अजोका थिएटर' लाहोरच्या संस्थापक मरहूम मदीहा गौहर यांच्याबरोबर 'थेटर वर्कशॉप' सुरू केले होते (१९८४). या प्रयोगामुळे जवळपास दहा वर्षं भारतीय पंजाब थेटरचे कलाकार पाकिस्तानी पंजाबमध्ये जात राहिले. तसेच पाकिस्तानी पंजाब थेटरचे कलाकार अमृतसरमध्ये ट्रेनिंग घेण्यासाठी येत राहिले. हा दोन्ही पंजाबचा संयुक्त प्रयोग नाटकांच्या माध्यमातून घडून आला.

- याच पद्धतीने नव्वदीच्या दशकात निर्मल सिंह यांनी समान विचारांचे मित्र एकत्रित केले. त्यांनी 'पंजाबी सथ्थ लांबाडा' नावाची संस्था स्थापन केली (१९९०). या संस्थेने दोन्हीकडील पंजाबी कलाकारांना एकाच रंगमंचावर आणण्यामध्ये महत्त्वाची भूमिका पार पाडली.

- याप्रमाणेच कुलदीप नय्यर यांनी 'हिंद पाक दोस्ती मंच' स्थापन केला होता. ही संस्था १४-१५ ऑगस्टला वाघा बॉर्डरवरती प्रेम आणि चांगुलपणासाठी मेणबत्त्या लावते. १९९६मध्ये संस्थेचा पहिला कार्यक्रम झाला होता. तसेच ही संस्था भारत-पाकिस्तान दोस्ती या विषयावर सेमिनारदेखील घेत होती. या संस्थेबरोबर इतर संस्थाही जोडल्या गेल्या आहेत. सांस्कृतिक कार्यक्रम ट्रॅक्टर आणि ट्रॉलीवरती घेतले जात होते.

- 'फोकलोर रिसर्च अकॅडमी', 'हिंद पाक पीपल्स फोरम फोर पीस अँड डेमॉक्रसी', 'आगाज ए दोस्ती', 'साफमा पंजाब जागृती मंच' या संस्थांनी दोन्ही पंजाबमधील कलाकारांना जोडण्याचे काम केले.

- दोन्ही पंजाबमधील पंजाबी लोक कॅनडामध्ये एकत्रित येऊ लागले. तिथे

वास्तव्य करत असताना त्यांच्यात सामाजिक सलोख्याचा अभाव होता. परंतु कॅनडामध्ये भारत-पाकिस्तानमधील पंजाबी लोक सामाजिक सलोख्याच्या नात्याने मित्र झाले (गुरुप्रीत सिंह). या स्वरूपाची माहिती शिव इंदर सिंह यांनी १२ फेब्रुवारी २०२०मध्ये पंजाबियत म्हणून प्रकाशित केली होती.

- ९ नोव्हेंबर २०१९ रोजी करतारपूर कॉरीडॉर खुला केला. मोदी सरकारच्या काळातदेखील शिखांच्या श्रद्धांचा आदर म्हणून करतारपूर कॉरीडॉर खुला करण्याचा निर्णय घेण्यात आला होता. हा कॉरीडॉर भारत आणि पाकिस्तानमधील शीख तीर्थस्थळांना जोडणारा दुवा आहे. १६ मार्च २०२० रोजी कोरोनामुळे हा कॉरीडॉर बंद करण्यात आला होता. तो पुन्हा सुरू करण्याचा निर्णय घेण्यात आला.

करतारपूर साहेब हे शिखांचे पवित्र तीर्थस्थळ आहे. करतारपूर साहेब हे तीर्थस्थळ पाकिस्तानमधील नारोवाला जिल्ह्यात आहे. भारतातील पंजाबमधील गुरुदासपूर जिल्ह्यामधील डेरा बाबा नानक या स्थळापासून हे स्थळ तीन ते चार किलोमीटर दूर आहे. शिखांचे प्रथम गुरू नानक देव यांचे हे निवासस्थान आहे. येथेच त्यांचे निधन झाले होते. येथे नंतर गुरुद्वारा तयार करण्यात आला. अंदाजे १५२२ मध्ये गुरू नानक करतारपूरला आले होते. गुरू नानक १७-१८ वर्षे येथे राहिले होते. २२ सप्टेंबर १५३९ रोजी गुरूनानक यांचे येथे निधन झाले. हे श्रद्धास्थळ रावी नदीच्या पुरामुळे वाहून गेले होते. महाराजा रणजीत सिंह यांनी या गुरुद्वाराचा पुनर्विकास केला. हा गुरुद्वारा भारताच्या सीमेपासून तीन ते चार किलोमीटर दूर आहे. भारतातील श्रद्धाळू लोक दुर्बिणीच्या मदतीने दर्शन घेतात. पाकिस्तान आणि भारत या दोन्ही सरकारांच्या संमतीने करतारपूर साहेब कॉरीडॉर तयार करण्यात आला. भारताने हा कॉरीडॉर डेरा बाबा नानकपासून आंतरराष्ट्रीय सीमेपर्यंत नेला आहे. पाकिस्तानने सीमेपासून नारोवाला जिल्ह्यात गुरुद्वारापर्यंत कॉरीडॉर निर्माण केला आहे. यालाच करतारपूर साहेब कॉरीडॉर म्हणून ओळखले जाते.

दोन्हीही देशांतील पंजाबी लोकांना जोडणारा दुवा करतारपूर साहेब कॉरीडॉरची ओळख आहे.

राजकारणाचे क्षेत्र

पंजाबियत या संकल्पनेचे राजकारण रणजीत सिंग यांच्या काळापासून घडलेले आहे. युनियनिस्ट पार्टीचे नेते खिजर हयात खान तिवाना यांनीदेखील पंजाबियत या संकल्पनेचे राजकारण घडवले होते. परंतु भारत आणि पाकिस्तान अशा स्वतंत्र दोन राष्ट्रांच्या निर्मितीमुळे ही संकल्पना अपयशी ठरली अशीही चर्चा केली जाते. परंतु तेव्हा या संकल्पनेचा पुरस्कार करणारे राजकीय नेतृत्व लाभले नाही अशीही समीक्षा केली जाते.

पंजाबियत ही संकल्पना राजकीय पक्षांनी त्यांच्या विषयपत्रिकेवर आणणे गरजेचे आहे. विसाव्या शतकाच्या ऐंशीच्या व नव्वदीच्या दशकापासून पुढे पंजाबियत ही संकल्पना पुन्हा राजकीय पक्षांवर प्रभाव टाकताना दिसते. यामुळे पंजाबियत या संकल्पनेचे काही प्रयोग राजकीय क्षेत्रामध्येदेखील घडताना दिसत आहे. या संदर्भातील काही निवडक उदाहरणे पुढीलप्रमाणे आहेत.

- अटल बिहारी वाजपेयी यांनी अमृतसर ते लाहोर बस सेवा सुरू केली होती.
- करतारपूर साहेब कॉरीडॉर सुरू करण्यात आला आहे (२०१९).
- नागरी समाजाचा प्रभाव वाढला आहे. यामुळे पंजाबमधील हिंसा कमी झाली आहे.
- आंतरराष्ट्रीय पातळीवर पंजाबियत ही संकल्पना लोकशाही आणि आर्थिक सुधारणा या दोन गोष्टींशी जुळवून घेते.

यामुळे एका अर्थाने आंतरराष्ट्रीय पातळीवरती सामाजिक सलोखा घडविण्याचे राजकारण ही संकल्पना करते. थोडक्यात संघर्षाऐवजी सहमतीचे राजकारण ही संकल्पना घडवते. यामुळे ही संकल्पना आयडिया ऑफ इंडिया संकल्पनेशी सुसंगत असणारी संकल्पना आहे.

संदर्भ

टीप : प्रीतम सिंग यांनी १ मे २०१० ला केलेले विवेचन.

बिहारियत

बिहारियत, काश्मिरियत, पंजाबियत, केरळियत, राजस्थानियत अशा संकल्पना राजकारणात सहजपणे वापरल्या जातात. यापैकी बिहारियत संकल्पनेचे चर्चाविश्व बिहारमध्ये राजकीय, सामाजिक संभाषणात दिसते. मध्यमवर्ग, नोकरशहा, कवी, लेखक, राजकीय नेते, नव उद्यमी वर्ग अभिमानाने बिहारियत संकल्पनेच्या भाषेत चर्चा करतो.

बिहारियत संकल्पनेचा उदय अठराव्या शतकामध्ये सुरुवातीला झाला. एकोणिसाव्या शतकामध्ये बिहारियत संकल्पना प्रशासकीय व्यवस्थेच्या क्षेत्रात मांडण्यास सुरुवात झाली. विसाव्या शतकामध्ये ही संकल्पना शैक्षणिक क्षेत्रातदेखील मांडण्यात आली. एकविसाव्या शतकामध्ये या संकल्पनेच्या भोवती राज्यगीत गुंफलेले दिसते. बिहारचे राजकारण संघर्षासाठी प्रसिद्ध आहे. परंतु, आता संघर्ष सोडून नव्याने संमतीचे राजकारण घडू लागले. बिहारियत ही संकल्पना संमतीच्या राजकारणाचे नवीन उदाहरण ठरत आहे. तेथे शंभर वर्षांचा बिहार आणि नवजात बिहारियत अशी नवीन धारणा उदयास आली. या संकल्पनेचे विविध कंगोरे आहेत. कारण समकालीन दशकात बिहारियत ही संकल्पना राजकारण, अर्थकारण, अस्मिता, जागतिकीकरण अशा संदर्भांत वापरली जाते.

बिहारियत म्हणजे काय? बिहारियतचा उदय कसा झाला? बिहारियतचे

राजकारण कोणते आहे? बिहारच्या राजकारणाला बिहारियत कोणती नवीन मर्मदृष्टी देते? हे साधे, परंतु महत्त्वाचे प्रश्न येथे उपस्थित होतात. या चौकटीमध्ये निवडणुकीतील राजकारणाच्या कशा उलाढाली होतात, यांची ही एक रोचक कथा आहे. तिचा येथे वेध घेतला आहे.

बिहारियतचा उदय

बिहारियत ही संकल्पना वर्चस्वाच्या विरोधातून उदयास आली आहे. बिहारियतची आरंभीची कथा वर्चस्वाच्या विरोधाची तसेच तुच्छतेच्या विरोधातील आहे.

- बिहारियत ही संकल्पना बिहारमध्ये उदयास आली. बिहारमध्ये ही संकल्पना बंगाली लोकांच्या वर्चस्वाला विरोध करत प्रशासकीय क्षेत्रातून प्रथम उदयास आली. ही मागणी प्रथम उर्दू पेपरमधून केली गेली. १८७०मध्ये सुलेमान यांनी ही मागणी केली होती. बिहार राज्यातील मुंगेर येथून उर्दू पेपर प्रकाशित होत होता. त्या पेपरमध्ये 'बिहार बिहारियों के लिए' अशी भूमिका घेतली गेली.

- यानंतर 'बिहार टाइम्स' आणि 'बिहार बंधू' या दोन वृत्तपत्रांनी हे आंदोलन सुरू केले. स्थानिक सरकारी नोकरी बिहारी लोकांना मिळाली पाहिजे ही बिहारियतची मुख्य मागणी होती.

- विसाव्या शतकाच्या सुरुवातीला सच्चिदानंद सिन्हा यांनी प्रशासन आणि शिक्षण या दोन क्षेत्रांत बिहारियतचा विचार मांडण्यास सुरुवात केली. प्रशासनाबरोबर शैक्षणिक क्षेत्रातील वर्चस्वाला बिहारी शिक्षित वर्गाने विरोध केला.

- विशेषतः परंपरागत, साचेबद्ध पद्धतीच्या बिहारियत या संकल्पनेला विरोध झाला होता. नकारात्मक बिहारियत संकल्पना बिहारी लोकांना मान्य नव्हती. उदाहरणार्थ, अशुद्ध हिंदी, अशुद्ध इंग्रजी, बोली भाषेत शिव्यांचा वापर, गमछा आणि मजुरी ही बिहारी लोकांची प्रतिमा चित्रपटसृष्टीत निर्माण झाली होती. बिहारियत ही संकल्पना ही प्रतिमा नाकारते. थोडक्यात प्रतिमेची पुनर्रचना बिहारियत संकल्पनेला अपेक्षित आहे. गुणवत्ता ही बिहारियत या संकल्पनेची नवी ओळख मांडली जाते.

- कवी दिनकर किंवा कवी नागार्जुन यांच्या काव्यातील सहसंवाद बिहारियत संकल्पनेचा भाग म्हणून नोंदवला जातो.
- जगात सर्वांत मोठा डायस्पोरा भारतीय लोकांचा आहे. बिहारी डायस्पोरा हा विस्तारला आहे. बिहारी डायस्पोरा या व्यासपीठावर कवी, लेखक, उद्योजक, उद्योगपती, पर्यटक यांचे सांस्कृतिक-आर्थिक कार्यक्रम होतात. यामुळे बिहारच्या बाहेर आंतरराष्ट्रीय पातळीवर बिहारियत या संकल्पनेचा विकास घडत आहे. यामुळे जात व धर्म यापलीकडे जाऊन बिहारी बंधुभाव ही संकल्पनादेखील विस्तारत आहे. प्रदेश आणि जागतिकीकरण यांच्यात देवाणघेवाण होते.

बिहारियत : संमतीचे राजकारण

बिहारियत म्हणजे विशिष्ट भौगोलिक क्षेत्रातील समूहाची ओळख होय. त्यामध्ये मानवधर्म व नीती या गोष्टींचा समावेश होतो. तसेच भौतिक साधनांच्या न्याय्य वाटपाचा दावा बिहारियत करते. या संकल्पनेत अर्थार्जन व अर्थोत्पादन असेही अर्थ आहेत. या अर्थाशी अहिंसेचे तत्त्व जोडलेले आहे. ही संकल्पना अनोखी व मुक्तिदायी (मोक्ष) आहे. ही संकल्पना खलनायकाच्या नाशाचा प्रयत्न करते. थोडक्यात या संकल्पनेला विविध अर्थच्छटा आहेत. आरंभी बिहार ही संकल्पना वापरली गेली (१९१२).

बिहार या शब्दाची उत्पत्ती विहार शब्दापासून झाली. विहार ही संकल्पना गौतम बुद्धांशी संबंधित आहे. विहार म्हणजे बौद्ध भिक्षूंची राहण्याची जागा होय. या संकल्पनेचा संबंध आनंदाने आणि मजेने फिरणे असाही घेतला जातो. राज्याच्या सुव्यवस्थेच्या दृष्टीने आवश्यक अशा नैतिक चौकटी, तसेच वैयक्तिक आणि सामूहिक कर्तव्यांचे पालन असा धम्म संकल्पनेचा अर्थ होता. तो बिहारियतशी सुसंगत दिसतो. परंतु, विसाव्या शतकाच्या आरंभी विहार ही ओळख जवळपास पुसली गेली. डॉ. सच्चिदानंद सिन्हा यांनी स्वतःची ओळख 'बिहार निवासी' अशी सांगितली, तेव्हा त्यांना बिहार कोठे आहे? असा प्रतिप्रश्न वक्रोक्तीसारखा विचाराला गेला. या प्रश्नाने त्यांना व्याकूळ केले. तो प्रश्न त्यांना सलत राहिला. सिन्हांनी बिहारच्या अस्तित्वासाठी काम सुरू केले. त्यांचे काम गरीब लोकांसाठी होते. तसेच त्यांनी शिक्षणावर भर दिला. या

कामात लोकशाही, सामाजिक सलोखा आणि मानवतावादाचा विचार होता. विशेष म्हणजे बिहारची ओळख ज्ञानाची चर्चा, अहिंसा अशी होती. त्यांनी शिक्षणातून माणूस घडविण्याचा प्रयत्न केला. सिन्हांनी बिहारला स्वतःची ओळख मिळवून दिली. ती ओळख माणुसकीची होती. त्यामुळे माणुसकी हे बिहारियतचे एक खास वैशिष्ट्य आहे *(गालिब बस कि दुश्वार है, हर काम का आसा होना, आदमी को भी मयस्वार नहीं इन्सां होना, बिहारी मयस्सर नहीं इन्सां).* थोडक्यात बिहारियत ही संकल्पना नवीन असली, तरी तिची मुळे बिहारच्या धारणेमध्ये गुंतलेली आहेत. बिहारची धारणा संसदीय लोकशाहीला पूरक आहे. तसेच ती धारणा अहिंसक स्वरूपाची आहे. परंतु, सत्तरीनंतर दोन दशकांमध्ये बिहारमधील हिंसेमुळे ते जास्त चर्चेत आले. बिहारची पुन्हा उपेक्षा झाली (एक बिहारी सौ बीमारी). राजकारणात तर जंगलराज अशा बिहारविरोधी संकल्पनांचा वापर झाला.

जंगलराज ही संकल्पना लोकशाही, मानवतावाद, सामाजिक सलोखा, विवेकशील विरोधी अर्थाने वापरली गेली. त्यामुळे बिहारी व्यक्ती, समाज, अर्थकारण, राजकारण भावनिक झाले. बिहारमधील नवीन नेतृत्वाने बिहारियतचा पुनर्शोध घेतला. बिहारमध्ये गरिबीचे प्रमाण जास्त आहे. गरिबीचा संबंध आजारपणाशी जोडला गेला (बिमारू राज्य). त्यामुळे व्यक्ती व समाजाची ओळख 'आजारी' अशी झाली. यातून 'एक बिहारी, सौ बिमारी' असा कलंक बिहारला चिकटला. या कलंकित ओळखीला बिहारने तीव्र विरोध केला. यातूनच 'एक बिहारी, सौ पर भारी' अशी नवीन धारणा पुढे आली. अर्थातच ही नवीन धारणा सकृतदर्शनी आक्रमक दिसते; परंतु ही धारणा हळूहळू शिक्षणाच्या क्षेत्रात सुधारणावादी म्हणून पुढे आली. अंगमेहनतीबरोबर ज्ञानाच्या क्षेत्रातील कामे या संकल्पनेत अभिप्रेत आहेत. गेल्या दोन दशकांत बिहारी समाजाने शिक्षण व शैक्षणिक गुणवत्तेवर लक्ष केंद्रित केले. यातून डॉ. सच्चिदानंद सिन्हा यांच्या शिक्षणविषयक विचारांचे पुनरुज्जीवन केले गेले.

बिहारचा विकास आणि ज्ञान यांचा संबंध जोडला गेला. ज्ञानी व्यक्तींनी समाजकारण, राजकारण, अर्थकारण करावे असा विचार पुढे आली. यामुळे समाजकारणातील व राजकारणातील नेतृत्वामध्ये बदल होऊ लागला. राजकारणातील संभाषिते बदलली. बिहारचे राजकारण हिंसेच्या सांचेबद्धतेतून बाहेर पडले.

बिहारियतकेंद्री राजकीय चर्चाविश्व

समकालीन दशकात बिहारच्या राजकारणात बिहारियत या विचारावर आधारित चर्चा नव्याने सुरू झाली. नीतिश कुमारांनी स्वतःची तुलना चंद्रगुप्त, सम्राट अशोक व बुद्ध यांच्याशी केली होती (२०१५). अशी तुलना म्हणजे बिहारियतचा अपमान आहे, अशी भूमिका रविशंकर प्रसादांनी मांडली होती (मुंगेर). पाटणा येथे संघर्ष, मानवतावाद आणि बिहारियत यांचा मेळ घातला गेला. 'नाम है लडाकू, इंसानियत का दुसरा नाम बिहारियत है' अशी भूमिका शत्रुघ्न सिन्हांनी मांडली. बिहारी लोक सज्जन, प्रेमळ, भावुक आहेत. ते इतिहासाला देव मानतात. खरे तर त्यांनी इतिहास म्हणजे सामूहिक स्मृती असा अर्थ लावला, अशी चर्चा पाटणामध्ये झाली होती (२०१६). यास त्यांनी बिहारीपण म्हणून ओळख दिली. तेजस्वी यादव यांनी कुमार हे बिहारियतविरोधी आहेत, असा प्रचार केला गेला. नीतिश कुमारांनी महाआघाडी मोडली. त्यांनी भाजपबरोबर आघाडी केली. त्यास बिहारियतविरोधी म्हणून ओळखले गेले. तेजस्वी यादवांनी या घडामोडीचे वर्णन सत्ताकांक्षी म्हणून केले (कुर्सी कुमार).

सतराव्या लोकसभा निवडणुकीत तेजस्वी यादव, राहुल गांधी, शत्रुघ्न सिन्हांनी प्रचारांचे सूत्र जवळपास बिहारियत भोवती फिरते ठेवले होते. बिहारी-बाहरी हा अंतराय बिहारियतवाचक मांडला गेला. विधानसभा निवडणुकीत हा अंतराय मध्यवर्ती होता. सतराव्या लोकसभा निवडणुकीत पटना साहेब लोकसभा मतदारसंघात अमित शहांनी रॅली काढली. तेव्हा शत्रुघ्न सिन्हांनी बिहारियतच्या पद्धतीने मत मांडले. त्यांचा आशय त्यांनी बिहारमध्ये बिहारियत आणि हिंदुस्थानमध्ये हिंदुस्थानियत असा लावला. त्यांनी दिल्ली विरोध हा मुद्दा वगळला होता (इतरेजन विरोध). म्हणजेच त्यांनी दिल्लीच्या सत्तेला हिंसक विरोध करण्यास नकार दिला. शत्रुघ्न सिन्हांनी त्या ऐवजी राजकीय स्पर्धा खुली ठेवण्यास सहमती दिली. त्यास त्यांनी बिहारचे चैतन्य असे संबोधले. या घोषणांच्या स्वरूपाचा विचार म्हणजे जय बिहार, भारत माता की जय असा व्यवहारात मांडला जातो. बिहार दिनाच्यावेळी बिहारियतचा उल्लेख भाषणांमध्ये केला जातो. जवळपास सर्वत्र बिहारियत ही आमची ओळख आहे, तिचा आम्हाला अभिमान आहे, ही भूमिका मांडली जाते. थोडक्यात बिहारियत ही

संकल्पना समकालीन राजकारणातील एक चर्चाविश्व म्हणून पुढे आली आहे.

राजकारणात बिहारियत या संकल्पनेची पुढील सूत्रे आहेत :

- बिहारी राजकीय पक्ष आणि राष्ट्रीय पक्ष यांच्यातील खुली सत्तास्पर्धा ही संकल्पना स्वीकारते.

- बाहरी बंदीची संकल्पना बिहारी पक्षांनी नाकारली.

- खुली सत्तास्पर्धा ही लोकशाही, मानवतावाद आणि सामाजिक सलोखावाचक असावी, असा त्यांचा दावा आहे.

- बिहारच्या राजकारणात नवीन नेतृत्वाने यावे. बिहारमधील जातिवादास विरोध करावा, अशी बिहारियतची तीव्र धारणा आहे.

- बिहारियत ही संकल्पना लोकशाही पद्धतीने परिवर्तनवाचक म्हणून त्यांनी स्वीकारली आहे. त्यास त्यांनी राजकीय क्षेत्रात ज्ञान, विज्ञान आणि तंत्रज्ञानाची जोड दिली आहे.

- मागासवादाच्या मुद्द्यावर राजकीयदृष्ट्या संघटित होता येते. परंतु, त्यांचा अंतिम उद्देश विकास हा आहे. यामुळे बिहारियत ही संकल्पना मागासवाद ते विकास या दोन घटकांमधील राजकीय प्रक्रियेतील एक विचारप्रणाली म्हणून त्यांनी स्वीकारली असे दिसते. जात आणि धर्म या दोन्ही गोष्टींच्या आधारे संघटन करण्यास ही संकल्पना विरोध करते.

बिहारियत ही एक सामूहिक धारणा आहे, असा ही संकल्पना दावा करते. यामुळे ही संकल्पना हिंसाविरोधी, बिगर लोकशाही प्रक्रियाविरोधी ठरते. या मुद्द्यांवर नीतिश कुमार आणि भाजप यांच्यामध्ये मतभिन्नता आहेत. उदाहरणार्थ, निवडणूक प्रचारात नीतिश कुमारांनी काही मुद्द्यांवर भाजपपासून वेगळेपण दाखवले होते.

व्यवस्थापकीय धारणा

समकालीन दशकामध्ये बिहारियत संकल्पना देशाच्या सीमा ओलांडून सर्वदूर पसरत आहे. थोडक्यात ही संकल्पना आंतरराष्ट्रीय स्वरूप धारण करत आहे. परदेशात बिहारियत म्हणून संघटन केले जाते. युरोपमध्ये संमेलने झाली. जर्मनीत संमेलन झाले, तेव्हा बिहारी हा जागतिक ब्रॅण्ड तयार करण्याचे काम सुरू झाले. 'प्रोजेक्ट ज्योती' हा प्रकल्प सुरू झाला आहे. 'बिहार फर्टेनिटी' व 'फ्रेंडनिटी'

अशा आशयाच्या धारणा घडत आहेत. या धारणा भारताच्या बाहेर विकास पावत आहेत. ही संकल्पना उद्यमशीलतेवर लक्ष केंद्रित करते. त्यांचा संबंध बिहार आणि भारताशी आहे. त्यामुळे ही संकल्पना सीमापार उत्क्रांत होते, असे दिसते. या संकल्पनेची तीन सूत्रे दिसतात.

- बिहारियत ओळख घेऊन जागतिक पातळीवर संघटन केले जाते. अर्थातच ते बिहारी लोकांचे संघटन आहे. परंतु, ते बिहारच्या बाहेर घडते.
- बिहारियतचा संबंध उद्योग-व्यवसायांशी जोडला जात आहे. त्यामुळे ही संकल्पना आर्थिक उलाढालीसाठी उपयुक्त म्हणून विकसित केली जाते.
- व्यवस्थापन हा नवीन कंगोरा बिहारियतला आला आहे.

या तीन सूत्रांमुळे ही संकल्पना बिहार आणि युरोपीय देश यांच्यातील संवादाची नवीन खिडकी ठरणार आहे. तसेच भारत आणि युरोप यांच्यातील देवाणघेवाणीची नवीन परंपरा सुरू करणारी ठरणार आहे. या अर्थाने बिहारियत ही संकल्पना नवीन राजकारणाची दिशा सूचित करते. भारतात घडलेली बिहारियत लोकशाही, मानवता व सामाजिक सलोखा या तीन गोष्टींवर लक्ष केंद्रित करते. तर सीमापार गेलेली बिहारियत जागतिकीकरण, विश्वबंधुत्व, व्यवस्थापन या तीन गोष्टींना महत्त्व देते. त्यामुळे बिहारचे राजकारण हे हिंसेकडून संवादाकडे वळू लागले आहे.

बिहारमधील बुद्धाची अहिंसा या सर्व गोष्टींना जोडणारा धागा ठरतो. या अर्थाने बिहारियत ही संकल्पना म्हणजे बिहारच्या राजकारणाची नवीन पुनर्जुळणी करणारी म्हणून पुढे येते. नीतिश कुमार, प्रशांत किशोर यांनीदेखील बिहारियत या संकल्पनेच्या आधारे बिहारची नवी ओळख निर्माण करण्याचा प्रयत्न सुरू केलेला दिसतो. प्रशांत किशोर यांनी आंतरराष्ट्रीय पातळीवरून कामास सुरुवात केली. त्यानंतर त्यांनी राष्ट्रीय राजकारणात तंत्रज्ञानाचा वापर सुरू केला. सरतेशेवटी ते बिहारच्या राजकारणात उतरले आहेत. त्यांना बिहारची ओळख नव्याने घडवायची आहे. या राजकीय घडामोडींचा अर्थ म्हणजे बिहारने स्वतःची तुच्छ लेखणारी ओळख फेकून दिली. त्या जागी बिहारियत हे जीवनमूल्य म्हणून स्वीकारले गेले. यासाठी बिहारमध्ये तरुण वर्गांची जमवाजमव सुरू आहे.

बिहारियत ही संकल्पना घरभेदाला विरोध करते. बिहारी पक्षांच्या ऐक्याचा विचार मांडते. राजकारणात ही संकल्पना गुणग्राहकता स्वीकारते. बिहारच्या

गदारोळात ही गोष्ट सहजासहजी लक्षात येत नाही. परंतु, या चौकटीमध्ये राजकारण घडवण्याचे प्रयत्न सुरू आहेत. हे बिहारचे नवीन राजकारण ठरते.

बिहारियत व बिहारी राज्यगीत

बिहारियत आणि बिहारचे राज्यगीत यांचा सहसंबंध बिहार राज्याच्या राजकारणात जोडला गेला आहे. बिहार राज्याच्या स्थापनेला २१ मार्च २०१२ रोजी शंभर वर्षे पूर्ण झाली. तेव्हा मुख्यमंत्र्यांनी राज्यगीत जाहीर केले.

सत्य नारायण यांनी लिहिलेल्या गीतास मुख्यमंत्र्यांनी राज्यगीत म्हणून लोकार्पित केले. उदाहरणार्थ, *मेरे भारत के कंठहार, तुझको शत शत वंदन बिहार*. हे बिहार राज्याचे गीत आहे. नितीश कुमार यांनी या गीताच्या माध्यमातून बिहारमध्ये राष्ट्रक (ऐक्य) या स्वरूपात राजकारण घडवले. तसेच त्यांनी राष्ट्रक आणि राष्ट्रवाद यांचा सहसंबंध जोडला. यामुळे नितीश कुमार यांचे राजकारण सांस्कृतिक राष्ट्रवादाच्या पायावर उभे राहिले. तसेच राष्ट्रवादाच्या चौकटीत घडू लागले आहे. या गीतात बिहारियतचा आशय आहे. त्यांची काही उदाहरणे चित्तवेधक आहेत.
● रामायण आणि लोकतंत्र यांची

राज्यगीत

मेरे भारत के कंठहार,
तुझको शत-शत वंदन बिहार!
मेरे भारत के कंठहार,
तुझ को शत-शत वंदन बिहार!

तू वाल्मीकि की रामायण,
तू वैशाली का लोकतंत्र!
तू बोधी तत्त्व की करुणा है,
तू महावीर का शांतिमंत्र!

तू नालंदा का ज्ञानद्वीप,
तू ही अक्षत चंदन बिहार!
तू है अशोक की धर्मध्वजा,
तू गुरू गोविंद की वाणि है!

तू आर्यभट्ट, तू शेर शाह,
तू कुंवर सिंह की बलिदानी है!
तू बापु की है कर्मभूमि,
धरती का नंदनवन बिहार!

तेरी गौरवगाथा अपूर्व,
तू विश्वशांति का अग्रदूत!
लौटेगा हमारा स्वाभिमान,
अब जाग चुके तेरे सपूत!
अब तू माथे का विजय तिलक,
तू आँखों का अंजन बिहार!
तुझको शत-शत वंदन बिहार,
मेरे भारत के कंठहार!

- सांधेजोड राज्यगीतात केलेली आहे.
- विशेषतः अशोकाचे धर्मचक्र हा राजकारणाचा मुख्य आशय मानला आहे. धर्मचक्राबरोबर ज्ञानाला अग्रक्रम असे दिसते.
- तसेच म. गांधींची कर्मभूमी अशी कल्पना मांडून राजकारण आणि समाजकारण यांची सांधेजोड केली आहे.
- विश्वशांतीचा विचार या गीतामध्ये मांडला आहे. विशेषतः भारत आणि बिहार या दोन संकल्पनांचा एकमेकांशी मेळ घातलेला आहे. दुसऱ्या शब्दात आयडिया ऑफ इंडिया आणि बिहारियत यांचे सांधेजोड केलेली आहे.

समारोप

बिहारच्या राजकारण अशांततेसाठी प्रसिद्ध होते. बिहारच्या राजकारणाला जंगलराज्य म्हणून ओळखले जात होते. बिमारू राज्य अशी नकारात्मक प्रतिमा होती. या नकारात्मक प्रतिमेवर बिहारियत ही संकल्पना मात करते. ही संकल्पना राजकारणाचा एक नवीन दृष्टिकोन विकसित करते. ही विचारसरणी बिहारच्या राजकारणाचा नवीन चेहरा आहे.

परीक्षेसाठी महत्त्वाचे मुद्दे

- विसाव्या शतकातील भारताच्या राष्ट्रवादाची संकल्पना 'स्टेट नेशन' या प्रकारची आहे.
- स्वातंत्र्य चळवळीमधील भारतीय स्टेटमनशीपची संकल्पना सामाजिक सुधारणा आणि राजकीय सुधारणा या दोन गोष्टींना महत्त्व देते.
- आधुनिक भारत संकल्पनेने कल्याणकारी राज्याचा पुरस्कार केला.
- 'आयडिया ऑफ इंडिया'चे पायाभूत तत्त्वज्ञान घटनात्मक राष्ट्रवाद आहे.
- 'आयडिया ऑफ इंडिया'चा प्रयोग निवडणुकांच्या मागनि राबवण्यात आला.
- महात्मा फुले यांनी 'बळीस्थान' संकल्पना मांडली.
- 'द राईज ऑफ मराठा पॉवर' हे पुस्तक न्यायमूर्ती रानडे यांनी लिहिले.
- कृषी आणि औद्योगिकरण याचा समन्वय 'आयडिया ऑफ इंडिया' मध्ये न्यायमूर्ती रानडे यांनी घातला.
- 'भारतीय अस्पृश्यतेचा प्रश्न' हे पुस्तक विठ्ठल रामजी शिंदे यांनी लिहिले आहे.
- 'डिस्कवरी ऑफ इंडिया' हे पुस्तक पंडित जवाहरलाल नेहरू यांनी लिहिले
- 'भारत कृषक समाजा'ची स्थापना डॉ.पंजाबराव देशमुख यांनी केली.
- 'निराश्रित भारता'ची संकल्पना विठ्ठल रामजी शिंदे यांनी मांडली.

- 'सायंटिफिक इंडिया' ही संकल्पना छत्रपती शाहू महाराजांशी संबंधित आहे

- डॉ. बाबासाहेब आंबेडकर यांनी भारत संकल्पनेचा आधार बंधुत्व असा मांडला.

- 'एकमय लोक' ही संकल्पना महात्मा फुले यांनी मांडली.

- घटनात्मक देशभक्तीची संकल्पना डॉ. बाबासाहेब आंबेडकर यांनी मांडली.

- काश्मिरियत या संकल्पनेचे हे वैशिष्ट्य सामाजिक सलोखा आहे.

- पंजाबियत ही संकल्पना पंजाबी साहित्यातून निर्माण झाली.

- पंजाबियत संकल्पना मानवतावाद या विचाराचा पुरस्कार करते.

- पंजाबियत या संकल्पनेतून संमिश्र संस्कृती संस्कृती उदयास आली आहे.

- 'आयडिया ऑफ इंडिया' या संकल्पनेतून नागरी समाज उदयास आला.

- कवी दिनकर बिहारियत संकल्पनेशी संबंधित आहेत.

- कवी नागार्जुन हे बिहारियत संकल्पनेशी संबंधित आहेत.

- 'आयडिया ऑफ इंडिया' हे पुस्तक सुनील खिलनानी यांनी लिहिले.

- आधुनिक भारतासाठी 'नई तालीम' ही शिक्षण पद्धती महात्मा गांधी यांनी सुचवली.

- पंडित जवाहरलाल नेहरूंच्या 'आयडिया ऑफ इंडिया'ची समाजवाद, धर्मनिरपेक्षता, पंचशील तत्त्व ही वैशिष्ट्ये आहेत.

- आधुनिक भारतीय विचारवंतांचे स्वप्न आधुनिक भारत उभा करण्याचे होते.

- ग्रामीण भारताच्या पुनर्रचनेचा विचार महात्मा गांधी यांनी मांडला.

- शहरी भारत या संकल्पनेत आधुनिकतेचा समावेश पंडित नेहरू यांनी केला.

- भारत संकल्पनेचे विवेचन करताना भारत विरूद्ध इंडिया हा विचार शरद जोशी यांनी मांडला.

- महाराष्ट्र धर्म ही संकल्पना न्यायमूर्ती रानडे यांनी मांडली.

- स्वातंत्र्य, समता, बंधुता, न्याय ही मूल्ये भारत संकल्पनेचे मूल्यात्मक आधार आहेत.

- 'बहिष्कृत भारत' ही संकल्पना डॉ. बाबासाहेब आंबेडकर यांनी वापरली होती.

- 'भारत सेवक समाज' ही संकल्पना गोपाळ कृष्ण गोखले यांनी वापरली होती.
- भारतीय राज्यघटनेत India shall be union of states अशी संकल्पना वापरली आहे.
- डॉ. बाबासाहेब आंबेडकर यांनी रिपब्लिकन भारत अशी संकल्पना वापरली होती.
- आधुनिक भारत या संकल्पनेची मांडणी करताना महात्मा गांधी यांनी हरिजन ही संकल्पना वापरली होती.
- आधुनिक भारत घडवण्यासाठी सत्य, अहिंसा आणि सत्याग्रह या संकल्पना महात्मा गांधी यांनी वापरल्या होत्या.
- विविधतेत एकता ही संकल्पना आधुनिक भारतासाठी पंडित नेहरू यांनी वापरली होती.
- आधुनिक भारत संकल्पनेत डॉ. आंबेडकर यांनी बौद्ध धम्माचा पुरस्कार केला.
- काश्मिरियत या संकल्पनेचे सहिष्णुता हे एक वैशिष्ट्य आहे.
- पंजाबियत या संकल्पनेचे सहिष्णुता हे एक वैशिष्ट्य आहे.
- बिहारियत या संकल्पनेचे सहिष्णुता हे एक वैशिष्ट्य आहे.
- भारत या संकल्पनेसाठी संसदीय व्यवस्थेचा पुरस्कार डॉ. आंबेडकर यांनी केला.
- आधुनिक भारत या संकल्पनेच्या काळात महर्षी विठ्ठल रामजी शिंदे यांनी बहुजन विचार ही संकल्पना मांडली.
- गोपाळ कृष्ण गोखले यांनी राजकारणाचे आध्यात्मिकरण ही संकल्पना मांडली होती.
- लोकहितवादी यांनी आधुनिक भारतासाठी सामाजिक सुधारणांचा विचार मांडला.
- स्वामी विवेकानंदांनी आधुनिक भारतासाठी सहिष्णुतेचा विचार मांडला.
- चंद्रशेखर आझाद यांनी हिंदुस्तान सोशलिस्ट रिपब्लिकन असोसिएशनची स्थापना केली.

लेखक परिचय

- प्रा. डॉ. प्रकाश पवार हे शिवाजी विद्यापीठ, कोल्हापूर येथे राज्यशास्त्र विषयाचे प्राध्यापक आहेत. त्यांनी राज्यशास्त्र विषयाचे विभागप्रमुख म्हणून २०१६ ते २०१८ या काळात काम पहिले आहे. शिवाजी विद्यापीठातील 'गांधी सेंटर' तसेच 'दत्ता देशमुख अध्यासन केंद्रा'चे समन्वयक म्हणून ते काम पाहतात.

- आधुनिक भारतीय राजकीय विचार आणि राजकीय प्रक्रिया, महाराष्ट्रातील राजकारण हे त्यांचे प्रमुख अभ्यासविषय आहेत. त्यांनी शिवाजी महाराजांच्या काळातील मराठा राज्यसंस्थेचे अभ्यासपूर्ण पुनर्विवेचन केले आहे.

- महाराष्ट्राच्या नव्या राजकारणाची पुनर्रचना, समकालीन राजकीय चळवळी : नवहिंदुत्व व जात संघटना या दोन्ही पुस्तकांना महाराष्ट्र साहित्य संस्कृती मंडळाचा डॉ. बाबासाहेब आंबेडकर साहित्य पुरस्कार प्राप्त झाला आहे. भारतीय राज्यसंस्था आणि सामाजिक न्याय या पुस्तकाला मराठवाडा साहित्य परिषदेचा पुरस्कार मिळालेला आहे.

- समाज प्रबोधन पत्रिका, नवभारत, साप्ताहिक सकाळ आदी नियतकालिकांमधून त्यांनी राजकीय विषयांवर वैचारिक लेखन केले आहे. समकालीन राजकारणाचे विश्लेषण करणाऱ्या विविध वृत्तवाहिन्यांवरील चर्चांमध्ये त्यांचा सहभाग असतो.